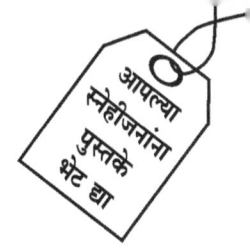

पाऊलवाटा

शंकर पाटील

I0678684

मेहता पब्लिशिंग हाऊस

✆ +91 020-24476924 / 24460313

Email : info@mehtapublishinghouse.com
production@mehtapublishinghouse.com
sales@mehtapublishinghouse.com

Website : www.mehtapublishinghouse.com

- *या पुस्तकातील लेखकाची मते, घटना, वर्णने ही त्या लेखकाची असून त्याच्याशी प्रकाशक सहमत असतीलच असे नाही.*

PAULVATA by SHANKAR PATIL

पाऊलवाटा : शंकर पाटील / कथासंग्रह

© सुरक्षित

मराठी पुस्तक प्रकाशनाचे हक्क मेहता पब्लिशिंग हाऊस, पुणे.

प्रकाशक : सुनील अनिल मेहता, मेहता पब्लिशिंग हाऊस,
१९४१ सदाशिव पेठ, माडीवाले कॉलनी, पुणे - ४११०३०.

प्रकाशनकाल : २७ ऑक्टोबर, १९८२
मेहता पब्लिशिंग हाऊसची दुसरी आवृत्ती : जून, २०१० /
नोव्हेंबर, २०१२ / जुलै, २०१४ / ऑगस्ट, २०१५ /
पुनर्मुद्रण : डिसेंबर, २०१७

मुखपृष्ठ : देविदास पेशवे

P Book ISBN 9788184981230
E Book ISBN 9788184988147

E Books available on : play.google.com/store/books
m.dailyhunt.in/Ebooks/marathi
www.amazon.in

'काकू, खव्या देत्ते नही' हे आणि यांसारखे चिमणे
आणि बोबडे बोल माझे कान साठवून आहेत; म्हणून
वीणा आणि कीर्ती
या दोन चिमण्यांना!

–शंकर पाटील

·

अनुक्रमणिका

पंख असलेला सस्तन प्राणी!

गांवदरीला तांब्या घेऊन गेलेल्या बाया कुणाची तरी चाहूल लागून चटकन उठून उभ्या राहतात आणि कानोसा घेऊन एकजण म्हणते, "बस बस, पाटील न्हवं, मास्तर हैत." शिक्षकासंबंधीची ही गोष्ट मी ऐकली आहे. आपणही ऐकली असेल. सगळीकडे ती रूढ आहे. पण मला मात्र ती कधीच पटलेली नाही.

पंचवीस तीस वर्षांपूर्वीच्या जुन्या जमान्यातले जे शिक्षक मी पाहिले आहेत, त्यांची नुसती आठवण झाली तरी आज माझ्या अंगावर काटा उभा राहतो. गेले ते शिक्षक आणि गेला तो जमाना! तेव्हाची आमची प्राथमिक शाळा एक पोलीस ठाणेच होते. पोलिसांच्या हातात जशी लाठी असते तशी मास्तरांच्या हातात छडी किंवा दंडुका असे. 'छडी लागे छम् छम् आणि विद्या येई घम् घम्' अशी म्हणच होती. काही मास्तरांचा दरारा तर एवढा होता की, नुसती छडी टेबलावर ठेवून भर वर्गात ते खुशाल (बसल्या बसल्या) झोप घेत असत. आम्ही मुले हूं की चूं न करता तासन्तास एका जागी बसून राहत असू. तोंड उघडून काही बोलायची बिशाद नसे. अर्थात सगळेच शिक्षक या छडीचा उपयोग (?) झोप काढण्यासाठी करीत, असे मात्र नव्हे. नेमून दिलेला काही अभ्यास, काही पाठांतर मुलांनी केले आहे की नाही, हे काम छडीचेच. काही हयगय आढळली की छडी वाजू लागे. त्या छडीचा महिमा काय सांगावा? ती कधी तळहातावर बसे, तर कधी पाठीवर. पण एक मात्र होत असे; पाढे असोत किंवा कविता असोत; सगळे तोंडपाठ होत असे. सनावळी तर घडाघडा म्हणता येत असत. 'बे' पासून एकोत्री पर्यंत आणि 'भो पंचम जॉर्ज' पासून 'म्हातारी उडता न ये तिजला' पर्यंत सगळे जिभेवर नाचायचे. ही करामत एक त्या छडीची आणि ती हाताळणाऱ्या शिक्षकांची. एकूण त्या वेळच्या मास्तरांचा दरारा हा असा असे.

केवळ आम्ही मुलेच त्यांना वचकून असू असे नव्हते. गावातही त्यांचे चांगले वजन असे. पाटील-कुलकर्ण्यांइतकाच शिक्षकांनाही लोक मान देत असत आणि म्हणूनच शिक्षकांसंबंधी नेहेमी सांगितली जाणारी गोष्ट निदान मला तरी पटत नाही.

त्या काळचे शिक्षकही नेकीचे होते. आपलं काम भलं आणि आपण भलं अशा वृत्तीचे. कुणी पालक भेटले आणि आपल्या मुलावर लक्ष ठेवायला सांगितलं, तर बरोबर त्याच्यावर ते दात ठेवत. त्याचीच विद्या घेऊन शिक्षक बिघडल्याच्या हकिकती कानी येत नसत. कुणावर लोभ जडला तर ते त्यांना शिकवत, पण शिकवणीचे वर्ग काढून पैसे कमवण्याचा धंदा ते करीत नसत. या सगळ्यांमुळे समाजामध्ये मास्तरांबद्दल आदर असे. अडचणीच्या वेळी विश्वासाने त्यांचा सल्ला घेतला जाई. भाऊबंदकीची भांडणं असोत किंवा अन्य काही असो, पुष्कळदा हा न्यायनिवाडा करण्याचं काम मास्तर करीत असत आणि म्हणून अशा मास्तरांची बदली झाली तर अख्खा गाव हळहळत असे.

आज खेडोपाडी जे मास्तर दिसतात ते या मास्तरांहून फार निराळे. ''बस बस. पाटील हैत, मास्तर नव्हंत.'' अशी म्हणायची पाळी काही ठिकाणी आली आहे.

एकूण मोठाच बदल झाला आहे.

आता मास्तरांना मास्तर असं कोणी म्हणत नाही. सगळे मास्तर 'गुरुजी' झाले आहेत आणि बहुतेक सगळे 'ट्रेंड' आहेत. पूर्वी मास्तर होते, पण इतके 'ट्रेंड' नव्हते. त्यांच्या हकीकती सांगाव्या तेवढ्या थोड्याच. एकतर आजच्या गुरुजींना शाळा सोडून इतर अनेक उद्योग करावे लागतात. प्रौढ साक्षरतेचा प्रसार म्हणून रात्रीची शाळा चालवणं, गाव, तालुका व सबंध जिल्हा साक्षर करणं. 'तीनच मुले बस' याचा घरोघर प्रचार करणं – हे व तत्सम काही उद्योग ही सरकारनं त्यांच्यामागे लावलेली कामे आहेत. शिवाय गुरुजींचे स्वत:चे काही उद्योग असतातच.

पूर्वी पगार कमी होते म्हणून क्वचित एखादा शिक्षक शिलाईचं मशीन किंवा चरखा बाळगून असे व प्रपंचासाठी असा एखादा जोडधंदा करीत असे. आज पगार चांगला असूनही प्रत्येक गुरुजी काही ना काही जोडधंदा करताना आढळतो. कुणी अंडी विकतो, तर कुणी शेती करतो, कोणी कोंबड्या पाळतो तर कोणी आणखी काही करतो. हे झाले लहानसहान धंदे. पण बरेच गुरुजी राजकारणाच्या मोठ्या धंद्यात पडले आहेत. जिल्हापरिषदेत जो पक्ष सत्तेवर असेल तो गुरुजींचा पक्ष असतो आणि त्या पक्षाच्या पंखाखाली त्यांचं सगळं छान चाललेलं असतं. परीक्षा जवळ आल्या म्हणजे पूर्वी मास्तर वेळी-अवेळी शिकवत व जादा काम करीत. आज निवडणुका जवळ आल्या म्हणजे गुरुजी वेळी-अवेळी शिकवण्याचं काम सोडून

बाकी सगळे उद्योग करीत असतात. प्रत्येक गुरुजी हा कोणातरी पुढाऱ्याच्या मागे तरी असतो किंवा स्वत:च पुढारी तरी असतो. पूर्वी मास्तर हे मास्तरच होते. आज तसं क्वचित आढळतं. परवा एक गुरुजी भेटले. मी त्यांना म्हटलं,

"काय गुरुजी, तुमचा काही जोडधंदा आहे की नाही?"

ते म्हणाले, "आहे तर!"

"कोणता?"

"मी कॉंट्रॅक्ट घेतो."

"कसलं?"

"इमारती बांधायचं."

मी पाहतच राहिलो. त्यावर तेच म्हणाले, "त्याचं काय झालं, सभापतींची आणि आमची घसट होती." ते म्हणाले, "गुरुजी, आपल्या हातातलं काम हाई. भाईर चोरास्नी खायाला द्यायाचं ते आपुन खाऊ. पातीत धंदा करू. अहो, आपण होऊन गंगा दारात आली–काय हात बांधून बसायचं?"

असे हे कॉंट्रॅक्टर गुरुजी! आज इमारती आणि पूल बांधण्याची कॉंट्रॅक्ट्स घेतात. ते मला अभिमानाने म्हणाले,"मी साधा सेकंड ईयर ट्रेंड माणूस; पण इंजीनेर हाताखाली ठेवलाय. एकाला दोन बंगले बांधल्यात. यंदा तिकीट मिळेल ही आशा हाय. बघू..."

तिकीट मिळणं काही अवघड नाही. आमदार झालेले गुरुजी माझ्या पाहण्यात आहेत. परवा एका सहकारी साखर कारखान्यात कथाकथनासाठी म्हणून आम्ही गेलो होतो. तिथे एक गुरुजी भेटले. ते म्हणाले, "काय, ओळखलं का?"

अंगावर शुभ्र खादी, डोक्याला कडक इस्त्रीची तिरकी टोपी आणि चेहऱ्यावर प्रसन्न हास्य पाहून मी आठवू लागलो. पण हा चेहेरा काही आठवेना. मग तेच म्हणाले, "अहो, मी माने गुरुजी."

"अरे हो."

"पटली ओळख?"

"पटली."

"मी हिथं डायरेक्टर हाय."

एके काळचे माने गुरुजी हे सहकारी कारखान्याचे डायरेक्टर म्हणून निवडून आले होते ते कळून थक्क झालो. आनंदही वाटला. केवढा बदल झाला होता हा! असे अनेक बदल पहायला मिळतात. शिक्षक हा केवळ आता शिक्षक राहिला नाही. एक म्हण आहे–'शेण पडलं तर माती घेऊन उठतं' ते आजचे गुरुजी आहेत असं वाटतं. मला तर आजचे हे गुरुजी पाहून असं वाटतं की, गुरुजी म्हणजे पंख असलेले सस्तन प्राणी होय. फायद्याची दिशा त्यांना बरोबर दिसते आणि त्या दिशेनं

ते झेप घेऊ शकतात. कल्पनेची भरारी मारायला त्यांना पंख बळकट मिळालेले आहेत आणि कर्तबगारीला दाही दिशा मोकळ्या आहेत. आता गुरुजी कोणत्या रूपात दर्शन देईल हे सांगणे कठीण!

❒

पालकांच्या सुरस व चमत्कारिक गोष्टी

माझं प्राथमिक शिक्षण खेड्यात झालं. प्राथमिक शाळेतल्या कितीतरी गोष्टी आजही मला चांगल्या आठवतात. त्यांपैकी पालकांच्या गोष्टी हा तर एक अजब नमुना होता! त्यांच्या काही सुरस आणि चमत्कारिक गोष्टींनी आजही हसू येतं.

त्या काळात काही प्रगती-पुस्तकं नव्हती आणि त्यावर छापलेले, पालकांनी पाळावयाचे नियमही नव्हते. आपल्या पाल्याची चौकशी करायची असल्यास किंवा फी भरायची असल्यास (अर्थात तेव्हा फी नव्हतीच म्हणा! फक्त सातवीला दोन आणे फी होती असे आठवते.) कोणाकडे व कोणत्या वेळेत भेटावे असा काही नियम नव्हता आणि तो असता तरी पाळला नसता! कोणत्याही चौकशीला पालक केव्हाही शाळेत यायचे; तेही अशा थाटात की, जणू शाळा म्हणजे 'आव-जाव घर हमारा!'

मी तेव्हा इयत्ता चौथीत असेन. मास्तरांनी 'चे'चं उदाहरण घातलं होतं. आम्ही सर्व जण ते सोडवण्यात गुंग होऊन गेलो होतो. एका वेळी वीस-पंचवीस पेन्सिलींचा पाट्यांवर होणारा आवाज तेवढा कानात निनादत होता आणि अशा वेळी एकाएकी बाहेरनं कुणीतरी हळी दिली –

"बाब्याऽऽ अऽऽ बाब्याऽऽ."

पेन्सिली थांबल्या. मी तर दचकलोच. आम्ही सगळेच दाराकडे मान वळवून बघू लागलो. एवढ्यात एक पालक सरळ आत आला आणि एक अस्सल शिवी देऊन आपल्या पोराला म्हणाला, "तुला भाकरी घेऊन आज रानाकडं ए म्हटलं हुतं, नव्हं का?"

बाबू कसाबसा बोलला, "शाळा बुडंल म्हणून न्हाई आलो." त्यावर म्हातारा खवळून म्हणाला, "लई शाळा शिकून धन लावणार हैस, म्हायती हाय मला! चल

ऊठ आधी... आधी ऊठ... ऊठ...'' हा सगळा प्रकार चालू असताना मास्तर बिचारे गप उभे होते. मग हे पालकच त्यांना म्हणाले, ''रानात मिरचीचा तोडा चालू हाय हो. आधीच कामाला बाया मिळंना झाल्यात. एक-दोन दिवस त्याला शाळा बुडव म्हटलं तर बघा की कसं सोंग आणलंय! अहो नुसतं बायांच्या पाठीवर ऱ्हायला तर तेवढीच मदत हुती. चल रं, सोंगाड्या... चल.'' पोराला धड दप्तरदेखील आवरू न देता त्याला ओढतच त्यांनी बाहेर नेलं. मास्तरांची परवानगी घेणं तर लांबच राहिलं!

असे हे पालक शाळा चालू असताना भर वर्गात केव्हाही शिरायचे. कधी कधी बाहेरनं हळ्या यायच्या आणि उभ्या उभ्या रस्त्यावरूनच पालक चौकशी करायचा. एकदा तर एका मुलाची आई आली आणि बाहेर रस्त्यावर उभी राहून म्हणाली, ''व्हय रे मन्या, शिंक्यावरचं सगळं धई पालथं करून आलास व्हय?''

मनोहर वर्गातूनच म्हणाला, ''कोण, मी? न्हायरे न्हाय...'' तर ती बाहेरूनच म्हणाली, ''माझ्या खास्तारा, तू न्हाईस तर कोण वाटेवरचा चोर येऊन खाऊन गेला व्हय रं?'' मनोहरनं आतनंच सांगितलं, ''बोक्यानं खाल्लं असंल.''

''बोक्यानं? दोन पायांच्या का चार पायांच्या रे?'' आणि असं विचारून ती माउली म्हणाली, ''आत येऊन काढू का तुझा बोका भाईर!''

आम्हाला वाटलं, आता ही बाई आत येणार! मास्तरही जरा गडबडल्यासारखे दिसले. एवढ्यात ती बाईच म्हणाली, ''थांब, सांचं रानातनं येऊ द्यात. तुला चांगली अद्दलच घडवायला लावते... रोज रोज बरा सोकावलाईस की! बाकीच्या पोरांनी काय नुसतं गाडगं चाटायचं? मास्तर, तुम्हीबी जरा दटावा...'' असं म्हणून ती माउली निघून गेली आणि खेळ तेवढ्यावरच आटोपला. पण पालकाने रस्त्यावरून केलेली ही चौकशी अजून माझ्या स्मरणात आहे.

अशा गमती नेहेमी घडायच्या. पूर्वी शाळेत टपालाची व्यवस्था नव्हती; पण टपाल वाचून घ्यायला किंवा लिहून घ्यायला पालक नेहमी शाळेत यायचे. त्यातल्या त्यात आलेलं टपाल वाचून घेण्याचं काम सोपं असायचं; पण लिहायचं काम अवघड. चार ओळी लिहायच्या असल्या तरी त्यांचा घोळ तासभर चालायचा. ज्याला पत्र लिहायचं त्याचा धड पत्ता सांगायचा नाही. मग मास्तर दहा प्रश्न विचारायचे आणि एका प्रश्नाला दहा उत्तरं मिळायची. काय लिहावं हे मास्तरांना कळायचं नाही. 'एवढ्यावर जाईल का' असं मास्तरांनी विचारलं म्हणजे 'जातंय आपुनच' असं उत्तर मिळायचं. 'बरं' असं म्हणून 'काय लिहू?' विचारत मास्तर थांबायचे आणि मग 'लिवा कीऽऽ' असे म्हणून तो थांबायचा! मास्तर काय लिहिणार? असा हा सगळा मामला. हा टपालाचा कार्यक्रम अधूनमधून नेहमी चालायचा. त्या वेळचा शाळेतला हा एक सांस्कृतिक आणि मनोरंजक कार्यक्रम म्हणायला हरकत नाही.

त्या वेळच्या पालकांची आणखी एक गोष्ट. आपली लहान मुलं शाळेत जाणाऱ्या मोठ्या मुलाबरोबर ते पाठवायचे. विद्यार्जनाबरोबर आपली ही लहान भावंडं सांभाळण्याचाही उद्योग विद्यार्थ्यांना करावा लागायचा. मास्तरही कधी फारशी हरकत घ्यायचे नाहीत. मात्र कधीकधी ही लहान मुलं नुसती येऊन न बसता पाट्या फोडणं, पुस्तकं फाडणं असंही कार्य करायची आणि मग मोठी पंचाईत व्हायची. याबद्दल घरात तक्रार केली तर पालक म्हणायचे, ''आणि मग मास्तर काय करत्यात रं? त्यांचं लक्ष असतंय कुणीकडे?''

पालक अशी बाजू घेत असल्यामुळे मास्तरांनाही तक्रार करायला फारशी जागा नसायची आणि प्राथमिक व पूर्व-प्राथमिक शाळेचे वर्ग एकाच वेळी भरायचे.

एकदा तर एक पालक आपलं रडणारं तान्हं मूल घेऊन शाळेत आले आणि शाळेच्या व्हरांड्यात येरझारा घालून त्याला शांत करू लागले. शाळा सुरू असताना हा प्रकार चालू होता. ते तान्हं पोर तर सारखं किंचाळत होतं. ते रडणं ऐकून आमचं कुणाचं लक्ष अभ्यासामध्ये लागेना. आमचे मास्तरही कावले. बाहेर वऱ्हांड्यापर्यंत जाऊन ते म्हणाले, ''अहो, इथं का घेऊन आलाय?''

''रडतंय हो सारखं, बघा की, शांत होईना.''

''अहो, पण शाळा चालू आहे.''

''तेच म्हटलं. हितं तरी गप ऱ्हातय का बघावं'' असं म्हणून त्या पोराला थोपटत तो म्हणू लागला, ''गप, गप, गप. हे बघ दादा बघ...बघ तो कसा शिकतोय... बघ, हे बघ मास्तर बघ... बघ ते कसं शिकवित्यात... बघ बाळा... गप गप गप...''

हा कार्यक्रम आठवडाभर चालू होता. त्या पोराच्या देवी बऱ्या होईस्तोवर ते त्याला घेऊन शाळेत येत होते! त्याला शिकणारा त्याचा दादा दाखवत होते आणि शिकवणारे मास्तरही दाखवत होते.

पालकांच्या अशा अनेक गोष्टी आठवल्या म्हणजे आजही हसू येतं. कित्येक पालक आपल्या मुलांबरोबर आपल्या शेळ्याही शाळेत आणून बांधत.

''अहो, शेळ्या शाळेत कशाला?'' असं मास्तरांनी विचारलं तर, ''असू द्या की, त्याला काय हुतंय? पावसाळ्याचे दिवस हैत, ऱ्हाऊ द्यात जरा निवाऱ्याला.'' असं उत्तर देऊन मोकळे!

आता हा जमाना गेला हे खरं; पण नवा जमाना आला आहे. झेड्.पीच्या या नव्या राज्यात कोणी शेळी बांधायची परवानगी मागत नसावा. बहुतेक शाळा आता गावाबाहेर थाटल्या आहेत. शेळी बांधण्यापेक्षा शेळी मारून खाण्याची सोय चांगली झाली आहे. पूर्वी देवळांत शाळा भरत, तेव्हा हे जमणं अवघडच होतं. आता सगळं सोपं झालं आहे.

पूर्वी पालक मास्तरांना म्हणायचे, ''पोराला मारत चला गुरुजी.'' आता चुकून कधी एखाद्यानं मुलाला मारलं, तर त्या मुलाचा पालक हातात काठी घेऊन शाळेत जातो आणि 'का मारलं' असं नुसतं विचारत नाही तर काठ्या उडवून विचारतो. अर्थात सगळे पालक असे आहेत असं मुळीच नाही; पण असे पालक पूर्वी कधी नव्हते, ते आता आढळतात.

दोन वर्षांपूर्वी एका लग्नाला म्हणून खेड्यात गेलो. आमची उतरण्याची सोय एका शाळेत केलेली पाहून मी विचारलं, ''ही शाळा आहे ना?''

''व्हय, शाळाच की.''

''मग व्हराडाची सोय इथं कशी केली?'' यावर मला उत्तर मिळालं ते असं – ''गुरुजीला म्हटलं पावनं जादा येणार, दोन वर्ग द्या खाली करून. नळबीळ सगळी सोय हाय व्हो.''

''आणि शाळा?''

''दोन दिसांनी काय घोटाळा हुतोय? झालंच तर काय, आम्ही हाय की निस्तारायला! अहो, सभापती आपलंच हैत. गुरुजी का उपकाराला शाळा देतोय काय!''

असं आता शाळेचं मंगल-कार्यालय होऊ लागलं आहे! आणि काही ठिकाणी तर रात्री 'बैठकां'चे कार्यक्रमही पार पडतात असं ऐकून आहे. त्यात अशक्य काही नाही.

❏

बाई : एक शनीचा खडा!

पूर्वी म्हणजे पंचवीस-तीस वर्षांपूर्वी खेडोपाडी आधी धड शाळा नव्हत्या, तेव्हा बाया कुठल्या असणार? शाळेत बाई दिसू लागल्या त्या या दहा-पंधरा वर्षांत. आता तर बाईविना बुवाच काय, शाळाही बाईविना आढळत नाहीत. 'झेडपी'चा कारभार सुरू झाल्यापासून तर बायांचं पेवच फुटलं आहे. पण एक काळ तसा नव्हता. शाळेत एखादी बाई असावी म्हणजे शिकणाऱ्या मुलींचं प्रमाण वाढेल, म्हणून गावाला अर्ज करावा लागायचा. नुसता अर्ज नाही, तर शिक्षण खात्याकडे खटपट करावी लागायची. आता नूर पालटला आहे. अमुक एखादी बाई नको म्हणून अर्जावर अर्ज करावे लागतात! परवाची गोष्ट. अचानक एक दिवस माझ्या ओळखीचे एक सरपंच आणि तीन-चार लोक माझ्या घरी आले. त्यांचं आगतस्वागत करून मी म्हटलं, "काय, कसं काय येणं झालं आज?"

सरपंच म्हणाले, "अहो, झक मारत यायचीच पाळी आली! काय करता न येऊन?"

"म्हणजे?"

आपल्या कपाळावर हात मारून ते म्हणाले, "काय सांगायचं? शाळेत नव्या आलेल्या बाईनं डोकं उठीवलंय!"

एवढं बोलून ते थांबले आणि दुसरे गृहस्थ म्हणाले, "अहो, अगदी भंडावलंय नुसतं. काय तरी खटपट करून तिची लांब कुठं तरी बदली करायला पायजे."

यावर अर्जाची एक प्रत मला दाखवत सरपंच म्हणाले, "गेल्या चार म्हैन्यांतला हा चौथा अर्ज." मी तो अर्ज पाहिला. त्यावर गावातल्या शे-दोनशे लोकांच्या सह्या आणि अंगठे पाहून मी विचारलं, "काय, प्रकरण तरी काय आहे हे?"

सरपंच म्हणाले, "दांडगं प्रकरण हाय! तुम्हाला सांगितलं तर तुम्ही तिच्यावर

सिनेमा काढशिला!''

''असं?''

''तर!''

''मग सांगा तर खरं.''

सरपंच बोलले, ''ते मागनं सांगतो. आधी या बयाची बदली कशी होईल हे सांगा. तुम्हाला काय खटपट करता ईल का?''

मी म्हटलं, ''गावानं एवढे अर्ज करून बदली होत नाही?''

''अहो, वशिला हाय तिचा. हे सह्यांचं भेंडोळं आमचं वायाच जातं न्हवं.''

''का बरं?''

''मग काय सांगतोय तर?''

माझी उत्सुकता वाढली होती. मी विचारलं, ''पण काय हकिकत तर काय आहे?''

सरपंच म्हणाले, ''आम्ही सांगू ने आणि तुम्ही ऐकू ने.''

दुसरे एकजण म्हणाले, ''त्याचं काय हाय... अहो कसला ताळतंत्रच ठेवला न्हाई तर आमच्या मुली काय शिकतील?''

''ताळतंत्र म्हणजे?''

सरपंच म्हणाले, ''तुम्हाला फोड करून सांगायला पायजे व्हय?'' आणि असं म्हणून तेच सांगू लागले, ''हे बघा, जे जे करू ने ते सगळं ती करती. काय सांगायचं? चांदण्यात सायकल शिकायला माळावर जाती. चार म्हैन्यांत धा लोकांनी तिला हे शिकवायचं काम केलं. पण अजून तिचं शिक्षण चालूच हाय... ही असली कसली सायकल शिकत असंल सांगा?''

मीही आश्चर्यानं बघत राहिलो. नंतर सरपंच म्हणाले, ''बघता काय? असं हाय कलम! दर आठवड्याला कुणाला तरी घेऊन सिनेमा बघून येती. काय एक हाय? तिच्या पायी गावात पार्ट्या पडल्यात.''

री ओढत दुसरा एक जण म्हणाला, ''अहो, काय सांगायचं – ह्या बाईवरनं परवा चार लोकांची डोस्की फुटली! आपसात मिटलं म्हणून बरं; न्हाईतर गाव भरडून निघालं असतं. चार-दोन पोरं तर तुरुंगात अडकली असती बघा!''

मी म्हटलं, ''मग अर्ज करूनही बदली का होत नाही?''

सरपंच म्हणाला, ''अहो, वरचे अधिकारीही तिला वशच हैत. ह्या भागात साएब येतो ते शाळा तपासायला न्हाई, तिची भेट घ्याला.''

''असं?''

''तर काय. साएब डाक-बंगल्यात आला की बाई जातीच की तिकडं मुक्कामाला.''

''डाक बंगल्यात?''

"तर हो! सरकारनं हे डाकबंगलं बांधून चांगली सोय केलीया बघा ही! हे सगळं असं असल्यावर कोण तिची बदली करणार?"

अशी ही कथा ऐकून मलाही जरा नवल वाटलं. कारण सगळीकडं असं घडत नाही. बऱ्याच ठिकाणी याच्या अगदी उलट घडतं. शाळेतल्या बाईची छेड काढणं हा कित्येक खेड्यांत एक उद्योग होऊन बसला आहे. नोकरी कशी करावी हेच त्यांना कळेनासं होतं. त्याचं असं आहे. जरा झकपक पोषाख करणारी, एकाला दोन वेण्या घालणारी, तोंडाला पावडर लावणारी आणि 'अय्या', 'इश्श' म्हणणारी बाई खेड्यात दुसरी कोण नसतेच. जी असते ती ही शाळेतली बाईच. त्यात ती जरा अधिक नटणारी-मुरडणारी असली म्हणजे मग प्रश्न मिटला. गावाला वेड लागायला याहून आणखी काय लागतं? मग मुलांच्या चौकशीच्या निमित्तानं वेळीअवेळी भेटायला जा, वाटेत अडवून कुशल विचार, रसाच्या, हुरड्याच्या निमित्तानं रानात बोलव किंवा भाजीपाला घेऊन घरी जा, या गोष्टी सुरू होतात. मग नकळत कुणाशी तरी सलगी वाढते. अशी सलगी वाढली की कागाळ्या सुरू होतात. मग काय पेठेत, शिंप्याच्या दुकानात, चावडीवर, समाज मंदिरात जमल्यावर 'बाई' याच विषयावर खल सुरू होतो. यांतून छेड काढायला सुरुवात होते. त्याच्या नाना तऱ्हा असतात. मग कोणी रस्त्यानं निघाल्यावर खाकरतं, खोकरतं. कुणी निनावी पत्र लिहितं तर कोण अर्ज करतं, नाना तऱ्हा!

त्यातली एक तऱ्हा माझ्या कानी आली ती अशी –

एका गावात घडलेली गोष्ट आहे ही. राहत्या घरापासून बाई शाळेला निघाली की, तिची चार ठिकाणी वाट अडवली जायची. कशी? आर दिलेला पटका वाळवायचं निमित्त करायचं आणि बाई येताना दिसली की, पटका धरून रस्ता आडवायचा. एकदा बाई रागानं म्हणाल्या, "सबंध रस्ता असा अडवल्यावर माणसानं जायचं कसं?" त्यांना उत्तर मिळालं, "मग जावा की वाकून!"

"वाकून?"

"व्हय, काय वाकाय येत न्हाई का?"

ही अशी उर्मट उत्तरं आल्यावर बिचारी बाई काय बोलणार? त्याच गावात दिवस काढायचे असतात. पाण्यात राहून माशाशी वैर कसं करणार? 'सुसरबाई, तुझी पाठ मऊ' असंच म्हणायची पाळी येते. निनावी पत्रांचे मासले तर न दिलेलेच बरे! त्या पत्रामध्ये कधी बाईच्या सौंदर्याचं वर्णन (?) असतं; तर कधी जागा, वेळ सांगून तिथं येण्याचा हुकूम असतो. नाही आल्यास खून करण्याचीही धमकी असते. असा हा सगळा मामला!

एकूण काय, शाळेतली बाई ही शनीच्या खड्यासारखी असते. लाभली तर लाभते, नाहीतर गावाला गोत्यात आणते. बाई चांगली लाभली तर शाळेचंही भलं

होतं. गावालाही चिंता नसते. पण काही ठिकाणी हा खडा लाभत नाही आणि काही ठिकाणी गावच शनी होऊन बाईची पाठ धरतो.

बाई आणि गाव यांचं नातं हे असं आहे!

❒

नवे नवे धंदे

परवाची गोष्ट. डेक्कन क्वीननं मी मुंबईला जात होतो. गाडी सुटली आणि थोड्याच वेळात एक खेडवळ पण खादीधारी माणूस अचानक माझ्या जवळ आला आणि म्हणाला, "रामराम पाटील. काय, ओळख लागती का?"

औपचारिक नमस्कार करून मी पाहत राहिलो. तो चेहेरा काही ओळखीचा दिसत नव्हता. त्यानं मात्र मला ओळखलं होतं आणि त्यामुळे मी त्याला ओळखलं नाही असं सांगणं माझ्या जिवावर आलं होतं. जुन्या स्मृती चाळवल्या तरीही मला काही आठवत नव्हतं. मला असं अवघडल्यासारखं वाटत होतं आणि तो मात्र हसत माझ्याकडेच पाहत उभा होता. थोडा वेळ थांबून त्यानं पुन्हा विचारलं, "काय, ओळख लागत नाही?" आता मात्र काही इलाजच नव्हता. मी हसून म्हटलं, "नाही बुवा, काही आठवत नाही."

यावर तो पुन्हा हसून म्हणाला, "अहो, मी तुमचा गाववाला!"

या उत्तरानं तर मी फारच पेचात पडलो. शेजारची सीट रिकामी होती, त्यावर त्यांना 'बसा' असं म्हणून मीच त्यांना पुन्हा विचारलं, "गाववाले?"

"तर हो. एका गल्लीत खेळलोय की आपुन. चड्डी घालत नव्हतो तवा हो, बालपनी."

मी म्हटलं, "असं होय. गाव सोडून बरेच दिवस झाले."

तोही म्हणाला, "बरोबरच हाय की. तुम्ही शिकायला म्हणून गेला आणि नोकऱ्या करत तिकडंच हिंडाय लागलाय की. येणंजाणं बी कमी, मग कुठलं आठवायला."

मग मीच विचारलं, "नाव काय सांगा बघू."

"अहो, मी आदुबाईचा मुलगा."

मला लगेच ओळख पटली. मी मान हलवून म्हटलं,

"म्हणजे शामू?"

"हा बघा. आपण मिळून द्रोणइस्ताऱ्या लावत होतो."

मीही हसून म्हटलं, "आणि लग्नातल्या खारका खात होतो."

"पटली का ओळख?"

"आता न पटायला काय झालं?" असं म्हणत मी विचारलं, "आपण आता काय सरपंच झालाय का सभापती?"

"छे! छे! त्यात आम्ही न्हाई."

त्याचा पोशाख पाहून मला तसं वाटलं होतं. एरव्ही एका गुरवाचा मुलगा डेक्कन क्वीननं मुंबईला जाईल कसा आणि फर्स्टक्लासच्या डब्यात बसेल कसा? तो सरपंच किंवा सभापती नाही हे कळून मला आश्चर्य वाटलं. त्याच्याबद्दल मनात कुतूहलही निर्माण झालं आणि मी विचारलं,

"गावाकडंच असता ना?"

"तर, आम्ही कुठं जाणार?"

"मग उद्योगधंदा?"

"उद्योगधंदा म्हणता व्हय?" असं मलाच विचारून तो म्हणाला, "आधी एक सायकलीचं दुकान होतं. ते हायच अजून, पण ह्या चार वर्षांत कमिशन एजंट म्हणून धंदा चालीवलाय. चांगलं चाललंय."

"कमिशन एजंट म्हणजे?"

"हे, ट्रकनं मुंबईला माल पाठवायचा हो."

मी विचारलं, "काय माल पाठवता?"

"माल? भेंडी ढिगानं जाती. बाकीचं हैच. त्याचं काय हाय, आजूबाजूला लोक आता भेंडी लावू लागल्यात. रोज तीन-चार ट्रका तर नुस्ती भेंडी घेऊन जात्यात. एक डाग तीन रुपये. दीडशे-दोनशे डाग एक खेपेला जात्यात. डागापाठीमागं आठ आणे आम्हाला सुटत्यात."

"मग रोजचं तुमचं उत्पन्न किती?"

"उत्पन्न? आता करा की हिशेब. रोज चार नसल्या तरी तीन ट्रका तर धरा आणि मांडा की गणित." मनात हिशेब केला आणि शामरावकडे बघतच राहिलो. हिशेब भलताच येत होता. मी म्हटलं, "मग का आता इस्टेट चांगली केली असेल?"

"हा, बरीच म्हणायची."

माझ्या मनात आलं, खेड्यात केवढा बदल झाला हा! पूर्वी असं काही नव्हतं. शेती हा प्रमुख धंदा. तोही बेताबेताचा. बाकीचे काही वतनदारीचे धंदे होते तेवढेच.

याशिवाय वेगळा उद्योगधंदा खेड्यात नव्हताच. वाण्याची चार दुकानं असायची, त्यावर कसंबसं त्याचं पोट बाहेर पडायचं. मोठाल्या उलाढाल्या अशा होतच नव्हत्या. शामरावाच्या कमिशन एजन्सीची गोष्ट ऐकून मी थक्क झालो. त्यातच थोडा वेळ गुंग होऊन गेलो. शामरावच मला म्हणाला,

"तुमचं कसं काय चाललंय?"

"बरं चाललंय."

"आज मुंबईला काय काढलंय?

"ऑफिसचं काम... चाकरी... दुसरं काय? तुम्ही का निघालाय?"

तो म्हणाला, "मी पुढं दिल्लीला जाणार हाय."

"का?"

"काय तरी धंदा वाढवायला नको?"

"हो, पाहिजे की."

"कोल्हापूरला लेथ टाकायचा विचार हाय... मशिनरी बघाय चाललोय. येता का?"

"दिल्लीला? आणि आमचं काय काम?"

"सहज. आमच्या बरोबर."

"आम्ही चाकरमाने लोक. आम्ही कसे येणार?"

यावर तो म्हणाला, "पाटील, धंदा काढा काय तरी. नोकरीत काय मिळतं?" असं विचारून तोच म्हणाला, "अहो, आम्ही खेडवळ लोक हरतऱ्हेचा धंदा करू लागलोय आणि तुम्हाला काय झालं?"

शामराव पुढे म्हणाला, "तुम्ही डॉक्टरी का नाही सुरू करीत?"

मी हसलो. म्हटलं, "त्याला एम.बी.बी.एस. व्हावं लागतं."

"यडं का खुळं तुम्ही! आमच्या गावातले शाळामास्तरबी डाक्टरकी करत्यात. दोन-चार महिन्यात ते 'आरेमपी' व्हतात."

"अरे वा!"

"ज्यांना ते जमत नाही ते शहरांतल्या मोठ्या डाक्टरची एजन्सी घेतात."

"ती कशी?"

"गावात कुणी आजारी पडलं की ते मोठ्या डाक्टराला बोलावून आणत्यात. तो या मंडळींना कमिशन देतो."

"असं?"

"तर काय! अहो वकिलाची एजन्सी घेणारे लोकही आमच्या गावात हैत."

मी सहज विचारलं, "आणखी काय काय नवे धंदे आता खेड्यात सुरू झालेत?"

"धंदे? अहो पोल्ट्री हाय, डेरी हाय, ट्रक हाय, काय न्हाई? अहो, करणाऱ्याला हजार धंदे हेत," असं सांगून त्यानं विचारलं, "तुम्हाला बाळ्या बेलसरे आठवतो का?"

"हां हां."

"त्यानं आता लाखाची हवेली बांधलीया! काय धंदा केला म्हायती हाय?"

"काय?"

"गोव्याहून ट्रकनं बाटल्या आणतोय."

"हे बेकायदेशीर झालं."

"असं. मग कायदेशीर सांगतो. तुम्हाला किसन्या पवार आठीवतो. अहो, ते चकणं?"

"हो, आठवतो."

यावर शामराव म्हणाला, "किमान धा लाखाचा धनी हाय आज तो?"

"त्यानं काय धंदा केला?"

"धा एकर द्राक्ष लावल्यात. एकरी पंचवीस-तीस हजार निव्वळ सुटत्यात. बघा... काय पैसा जाला म्हणायचा?"

शाळकरी मुलागत मी सांगितलं, "पंचवीस दाही अडीचशे, झाले की अडीच लाख!"

"मग? असं विचारून तो मला म्हणाला, "आता गावाकडं येऊन बघा. अहो, लई रूप बदललंय."

मी म्हटलं, "आता एकदा आलं पाहिजे."

नंतर चहा घेतला. जुन्या आठवणी निघतच होत्या. तो म्हणाला, "पाटील, तुमच्यात एक चंदर नावाचा गडी होता बघा."

मी म्हटलं, "हो होता."

"त्यानं आता गावात टॅक्सी सुरू केलीया बघा."

"टॅक्सी? गावात?"

"का आश्चर्य वाटतं? अहो, जोरात धंदा चाल्लाय प्रायव्हेट गाड्यांचा. आता एस.टी.ची कोण वाट बघत बसतंय? चार पैसे जास्त-कमी ह्याचा हिशेब कोण करतंय?"

हे ऐकून आणखी आश्चर्य वाटलं. खेड्याचं रूप किती बदललं! किती नवे धंदे निर्माण झाले आहेत हे!

❑

सहकार : जुना आणि नवा

हल्लीच्या या 'विकास' सोसायट्या पूर्वी खेड्यात नव्हत्या. या विविध कार्यकारी सहकारी सोसायट्या स्वातंत्र्यानंतर आल्या. यांनाच 'विकास' सोसायट्या असं म्हणतात. या सोसायट्या पूर्वी नव्हत्या; पण सहकार होता. आता सहकारी सोसायट्या आल्या, पण सहकार आढळत नाही. पूर्वी या सोसायट्यांविना कितीतरी गोष्टीत सहकार दिसायचा.

खेड्यातील लग्न हे तर सहकाराचं एक उत्कृष्ट उदाहरणच म्हणायला हवं. अहो, पूर्वी लग्नं तीनतीन दिवसांची असायची! वीसवीस गाड्या वऱ्हाड यायचं. जेवण फक्त एकच दिलं जाईल किंवा इतक्याच पाहुण्यांची सोय केली जाईल अशी अट कोणी लग्नाच्या यादीत घालत नव्हतं. उलट, अमक्याअमक्याच्या लग्नाला इतकं वऱ्हाड आलं हीच आनंदाची गोष्ट असे. मग अशी ही लग्नकार्य सहकारविना पार पडतीलच कशी? दारात मांडव घालण्यापासून तो मांडव उतरण्यापर्यंत सहकार्यानंच हे कार्य तडीस जायचं. 'कार्य तडीस नेण्यास श्री समर्थ आहेत' अशी ओळ पत्रिकेत असायची; पण ती आपली श्रद्धेपोटी नावाला छापलेली! खरे सामर्थ्य दहा लोकांच्या सहकारात असायचे.

तीन दिवसांचे लग्न म्हणजे थोडीथोडकी का यातायात असेल? पण सहकाराच्या बळावर हे सगळं सहज घडून येई. मांडव घालायला लोक आपोआप गोळा व्हायचे. स्वयंपाकासाठी आचारी मागवावे लागत नसत. एकाला चार चुली पेटवल्या जात आणि घरचा स्वयंपाक करून पुन्हा लग्नातला स्वयंपाक करायला गावच्या बाया गोळा होत. एकेका वेळी वीस-वीस तीस-तीस बाया पोळ्या लाटताना मी पाहिल्या आहेत. शिवाय पोळपाट-लाटणं स्वत:च्या घरचं आणून! आचारी मागवला तर तो आपल्या घरचं असं साहित्य घेऊन येणार नाही. आणलंच तर त्याचं निराळं भाडं

घेईल! जी गोष्ट स्वयंपाकाची तीच इतर अनेक गोष्टींची. लग्नघरात पडेल ते काम गाव आपल्या खुषीनं करत असे. पाणी नाही असं दिसलं की कोणीही भल्या घरचा माणूस कावड घेऊन विहिरीवर जात असे. 'पाण्याचा आणि माझा संबंध काय?' असा प्रश्न कोणी विचारत नसे. लग्नातल्या या सगळ्या गोष्टींत गाव असं सहभागी होत असे आणि गावाच्या सहकार्याने मंगलकार्य पार पडत असे.

जी गोष्ट लग्नाची तीच इर्जिकीची. एखाद्या शेतकऱ्याची नांगरट व्हायची राहिली असली, ती भाड्यानं करून घेणं त्याला शक्य नसलं, म्हणजे त्याची अडचण निवारण्यासाठी दहा शेतकरी गोळा होत आणि सहकार्याच्या भावनेनं त्याचं काम करत. मग ती नांगरट असो किंवा कापणी-मळणी असो. श्रमपरिहारार्थ शेतकरी फक्त एक जेवण देई. या प्रथेला 'इर्जिक' असं म्हणतात. कोल्हापूरकडे यालाच 'पाव्हणेर' असं म्हणतात. आणखी कुठं काही वेगळंही नाव असेल; पण ही प्रथा म्हणजे सहकाराचं आणखी एक उत्तम उदाहरण होय.

अशा अनेक गोष्टींत पूर्वी खेड्यांमध्ये सहकार आढळत होता. लोक गोकर्ण-महाबळेश्वर अशा यात्रेला जायचे, तेसुद्धा सहकारानं. गावची जत्रा पार पाडायची, ती सुद्धा सहकारानं. शेजारच्या गावी बाजारला जायचं तर तेसुद्धा सहकारानं आणि प्लेगसारख्या रोगराईत किंवा दुष्काळासारख्या अडीअडचणीत निभावून न्यायचं तेही सहकारानं. सहकाराचा हा आढळ हरगोष्टीत प्रत्ययाला येई.

आता असा प्रत्यय येतो का?

आता 'विकास' सोसायट्यांना 'भकास' सोसायट्या असं नाव प्राप्त होऊ लागलं आहे. नव्हे, काही ठिकाणी त्यांना 'भकास' सोसायटी असंच म्हटलं जातं. का म्हणाल तर या 'भकास मधला 'भ' हा उदरभरणातला 'भ' आहे, हे लोकांना आता नित्य परिचयाचं झालं आहे. याबाबतीत गावाकडच्या एका माणसानं मला सांगितलेली हकिकत मोठी मनोरंजक आहे. मी सहज त्याला विचारलं, "काय म्हणते तुमची सोसायटी?"

या माझ्या प्रश्नानं त्याचा चेहराच बदलला. रॉकेलला काडी लागावी तसे झाले. तो भडकून म्हणाला, "आमची सोसायटी? सोसायटी न्हाई, वरवंटा हाय वरवंटा! पार गावच्या सगळ्या गोरगरिबांना भरडून काढलं राव! काडी लावा त्या सोसायटीला!"

त्याचं हे बोलणं ऐकून मी थक्कच झालो. असं काही ऐकायला मिळेल याची मला किंचितही कल्पना नव्हती. गावच्या काही मंडळींनी मिळून सहकारी तत्वावर कोंबड्या पाळल्या होत्या. खूप भांडवल गोळा करून एक नवीन सहकारी उद्योग सुरू केला होता व हा गृहस्थ त्याचा एक सभासद होता एवढंच माहीत होतं आणि म्हणून मी सहज चौकशी करायला गेलो, तर त्यानं हे असं उत्तर दिलं. ते ऐकून मी त्याला म्हटलं, "पण झालं तरी काय असं?"

"अहो, काय व्हायचं ऱ्हायलंय?"

"म्हणजे?"

तो म्हणाला, "अक्शी चार लोकांनी चांगला हात धुऊन घेतला आणि बाकीची बसली की बोंबलत!"

एकूण बराच जळफळाट दिसत होता. थोडंसं लक्षात आल्यासारखं झालं आणि मी विचारलं, "म्हणजे काही अफरातफर झाली?"

"काय सांगायचं?" असं म्हणून तो सांगू लागला, "अक्शी सगळीच अफरातफर! बरं, बाकीच्या सोसायटीत लोक हिशेबात सापडत्यात आणि त्यास्नी शिक्षा तरी होती. हितं तेबी न्हाई."

मी विचारलं, "ते कसं?"

"अहो चोराला चांदणं सामील. अहो! अंडी खायाची आणि फुटली म्हणून सांगायची – काय त्यांची पोटं फाडून बघाय येतंय? निम्म्याला निम्मी फूट म्हटल्यावर किती तूट आली म्हणायची ही!"

मी म्हटलं, "पण रोज पंधराशे अंडी मिळत होती ना? मग त्यातील निम्मी अंडी ते खात होते का काय? आणि असं खातील तरी कसं?"

"अहो खाणं म्हणजे नुस्तं खाणं न्हाई. तोंडानं खायचं ते निराळं आणि विकून खायचं ते निराळं! समजलं?"

मी मान डोलवली आणि मान हलवीत तो म्हणाला, "ही झाली अंड्याची गोष्ट. तशीच कोंबड्यांची!"

"ती काय?"

"ती काय? अहो, रोजी धा-पाच कोंबड्या त्यांच्याच घशात उतरत होत्या की! ना बिल ना पैसे."

मी म्हटलं, "असं कसं पण?"

"असं कसं? अहो, कोंबड्या मेल्या म्हटलं की झालं की! मेल्या म्हणायचं आणि मारायचं! अहो, हिकडं ह्या भागात मंत्री आला की एकदम मोठा रोगच यायचा आमच्या कोंबड्यांवर! एकेकदा शंभर दीडदीडशे कोंबड्या मेल्या. काय करायचं? काय लागतो हिशेब!"

मी विचारलं, "मग आता शिल्लक किती आहेत?"

"अहो, कशाचं शिल्लक! गोरगरीब कर्ज काढून सभासद झाले होते. त्यांच्या पदरात तोटा पडला आणि जे फुडारी होतं त्यांनी खिसं भरलं." असं म्हणून तो म्हणाला, "पण एक गंमत सांगू का?"

"सांगा ना,"

"कोंबड्या कशा बघा हं? जीप दिसली आणि खादीधारी पांढरी माणसं

बघितली, की त्यांचा आवाज बंद व्हायचा. जागा दिसंल तिथं दडायच्या.''

''खरं म्हणता का?''

''अहो, आमच्या कर्मचाऱ्यानं प्रत्यक्ष आम्हाला दाखवलं. पांढराफेक खादीचा डगला घालून कोंच्याबी सहकारी कोंबड्यांच्या संस्थेला भेट द्या की. अहो जीप घेऊन पहाटं जावा. कोंबडा आरवायचा न्हाई; मग कोंबडीचं काय?''

'विकास' सोसायट्यांचं उत्तम कार्य काही ठिकाणी आढळतं आणि काही ठिकाणी हा असाही आविष्कार दिसतो. यापेक्षा रजिस्टर्ड नसलेला जुना सहकारच बरा होता असं वाटतं!

❐

गाव हेही एक माणूसच

माणूस आणि गाव यात विलक्षण साम्य आहे. मला तरी गावं ही अगदी माणसासारखी वाटतात. गावांनाही मन असतं, हृदय असतं. एखादा माणूस जसा डोकेबाज असतो, तसं एखादं गावही डोकेबाज असतं आणि बिनडोक माणसासारखं एखादं गावही बिनडोक असतं. माणसाला बहात्तर खोडी आहेत असं म्हणतात. (अर्थात हा आकडा जुना आहे.) गावालाही तेवढ्या खोडी नक्की आहेत. एकूण काय, माणूस आणि गाव यांत फरक नाही. गावं ही हातपाय नसलेली माणसंच!

गावांच्या आणि माणसांच्या नावांतही किती साम्य आहे! खेड्यात माणसाला नुसतं नाव नसतं. त्या नावाच्या मागं कोणतं तरी एखादं विशेषण असतं. त्यावरून त्या व्यक्तीचा विशेष गुण कळू शकतो. एखाद्याचं 'नरसू' असं नाव असलं आणि तो कमी उंचीचा असला, तर 'गिड्डा नरसू' असं त्याचं नाव पडतं. हाच नरसू उंच असला तर 'ढांगुळा नरसू' असं त्याला म्हटलं जातं. अशी ही विशेषणांसह विशेषनामं खेड्यात फार आढळतात. मग कोणी 'टरका बाळ्या' म्हणून प्रसिद्ध असतो; तर कोणी 'किवडा तुकाराम' म्हणून ओळखला जातो. कोणी 'भोपळ्या गणा' असतो; तर कोणी 'लंगडा मन्या' असतो. काही गावांची नावंही अशीच असतात. एका गावाचं नाव 'ऐतिवडे' आहे; पण 'बोडकं ऐतिवडे' या नावानंच ते ओळखलं जातं. बोडकं का? तर आसपास झाडी नाही. गिड्डा नरसू, तसं हे बोडकं ऐतिवडं. गावांच्या बाबतीतही अशी विशेषणांसह विशेषनामं कितीतरी आढळतात.

ही विशेषणं कधी कधी एकाच नावाची अनेक माणसं असतील तर ती चटकन ध्यानी यावीत म्हणूनही वापरलेली असतात. याचं उत्तम उदाहरण म्हणजे हिंदुराव. पूर्वी खेड्यात हिंदुराव हे नाव फार होतं. (भालजी पेंढारकरांची कोणतीही चार ग्रामीण चित्रं पाहावीत, म्हणजे संशय असलाच तर तो नाहीसा होईल.) फक्त हिंदुराव असं

म्हटल्यानं अमुकच एका व्यक्तीचा बोध व्हायचा नाही. मग त्यांना विशेषणं यायची. 'चमना हिंदू', 'चैनी हिंदू', इतकंच नव्हे, तर आमच्या गावी एक 'चपटा हिंदू' होता. दुसरा 'दत्तक हिंदू' होता. तिसरा एक हिंदूराव जरा अंगाने थुलथुलीत होता. त्याला 'ढिंबीटिप्पी हिंदू' असं नाव होतं. असे किती हिंदुराव सांगावेत? हीच गोष्ट गावांचीही. वडगाव हे नाव घ्या. हे नाव अनेक गावांना आहे. अमुक एक वडगाव ओळखण्यासाठी त्यांना विशेषणं मिळाली. मग एक 'बाजार वडगाव' तर दुसरं 'भिकार वडगाव' झालं. आळंदीही अशाच दोन आहेत. एक देवाची आणि दुसरी चोराची. वाड्या तर विशेषणांशिवाय जन्मालाच येत नाहीत. 'भुयाची वाडी' आहे, 'शियाची वाडी' आहे अशा किती वाड्या सांगाव्यात? गावांची नावं आणि माणसांची नावं यात असं गमतीदार साम्य आहे.

गावात आणि माणसात हे नुसतं असं नावापुरतं साम्य नाही. माणसांच्या स्वभावात आणि गावांच्या स्वभावातही फार साम्य आढळतं. एकेकाचा जसा एकेक स्वभाव असतो, तसा एकेका गावचा एकेक स्वभाव असतो. गावांचे अनेक नमुने पाहिले म्हणजे असं वाटतं की माणसाच्या एकेका स्वभावावर एकेक गाव बेतलं आहे की काय कुणास ठाऊक! माणसाचे जितके म्हणून नमुने या जगात उपलब्ध असतील, तितक्या नमुन्यांची गावं आढळतात. हा काय चमत्कार आहे कुणास ठाऊक; पण एखादा माणूस जसा आळशी असतो तसं एखादं गावच्या गाव आळशी असतं. असं एक गाव माझ्या पाहण्यात आहे. वर्षानुवर्षं मी पाहत आलोय. हे गाव कसलाच उद्योग करत नाही. फक्त दोन तिथं तीन टाईम जेवायचं आणि सुतार मेटावर किंवा पारावर हातात बटवा खेळवत नुसतं दिवस दिवसभर बसून राहायचं. गावाला शेती आहे, पण शेतीची तऱ्हा अशी की पेरायला गाडीतनं जातील आणि मळून डोक्यावरनं आणतील! असं हे आळशी गाव. या गावाला उद्योग असलाच तर तो फक्त लोकवस्ती वाढवण्याचा!

याउलट उद्योगी माणसांसारखी काही गावंही उद्योगी आहेत. कोल्हापूर जिल्ह्यात 'हुपरी' नावाचं एक गाव आहे. 'कुठं तरी डाळ नाही तर हुपरी रेंदाळ' अशी एक म्हण आहे. त्या म्हणीतलीच ही 'हुपरी.' हे गाव आहे चांदी कारखान्याचं. चांदीच्या हर एक जिनसा या गावी घडवल्या जातात आणि अखिल भारतात त्यांचा खप होतो. या गावी घरोघर 'होम इंडस्ट्री' चालू आहे. दारूबंदी नंतर होम इंडस्ट्रीला जो अर्थ आला आहे, त्या अर्थाने नव्हे! या गावी घरोघर चालू असलेला हा उद्योग बघून कधी कधी माझ्या मनात येतं, आपलं आणि जपानचं वैर नाही हे बरं आहे. कधी काळी जर वैर निर्माण झालं तर जपान आपल्या नकाशात 'हुपरी' या गावाचा समावेश करण्याचा धोका मोठा! 'हुपरी' हे महाराष्ट्रातलं छोटं जपानच आहे! हे गाव म्हणजे उद्योगी माणसांचा साक्षात नमुना.

काही माणसं जात्याच शूर असतात. त्यांना लष्कराचं विलक्षण आकर्षण असतं. काही गावंही मी अशी पाहिली आहेत की तिथला घरटी एक तरी माणूस लष्करात असतो.

मध्यंतरी काही कामानिमित्तानं अशा एका गावी जाण्याचा योग आला. ते गाव बघून थक्क झालो. पाचशे उंबरा असलेल्या त्या गावात एकही तरुण मुलगा मला आढळला नाही. होते ते सगळे म्हातारे-एक्स सर्व्हिस मेन. कोणी सुभेदार तर कोणी हवालदार; कोणी नाईक तर कोणी लान्स नाईक. आपण नमस्कार केला, तर ते लष्करी थाटात सलाम ठोकायचे. या गावाला एक हायस्कूल आहे; पण गेल्या वीस वर्षांत आठवी-नववीच्या पुढे त्या हायस्कूलची प्रगतीच होत नाही. सहज चौकशी करावी म्हणून मी विचारलं, ''शाळा निघून इतकी वर्षं झाली, मग दहावी-अकरावीचे वर्ग का काढीत नाही?'' त्या शाळेचे शिक्षक मला म्हणाले, ''आम्ही दहावी अकरावीचे वर्ग पुष्कळ काढू; पण मुलं नववी पास झाली की लगेच लष्करात भरती होतात. मुलंच राहात नाहीत तर वर्ग काढणार कसे?''

त्या शाळेचा विकास होत नाही म्हणून वाईट वाटलं, तरी त्या गावाचं लष्कराबद्दलचं आकर्षण पाहून मनस्वी आनंद वाटला.

गावांचे असे किती नमुने सांगावेत? व्यक्ती तितक्या प्रकृती आणि गावं तितक्या चमत्कृती! एखाद्या माणसाची जशी एक विशेष ख्याती असते, तशी ख्याती असलेली गावंही आहेत. अडकित्ता म्हटला की तो बागनीचा, विळा रुकडीचा, मिरची मानगावची, आंबा नेर्लीचा आणि पायताण कापशीचं. एकेका गावची अशी ख्याती असते. त्या त्या गोष्टीसाठी ती ती गावं प्रसिद्ध असतात. एखाद्या घराण्याची जशी पिढ्यान्‌पिढ्या एक परंपरा असते तशी गावांनाही परंपरा असते. आता काळानं त्यातही थोडा बदल होतो आहे ही गोष्ट निराळी. पूर्वी खेड्यात कोणी फारसं दूध विकत नव्हतं, आता ते औषधाला मिळेनासं झालं आहे. जिथं दूध विकलं जात नव्हतं; तिथं आता ताकही विकलं जाऊ लागलं आहे. पण यात गावाचा दोष काय? माणसंच बदलत चालली, मग गावं बदलणारच. गावच्या नद्या आता नुसतं पाणीच देत नाहीत; पाण्याबरोबर भट्ट्यांची देणगी मिळू लागली आहे. हा झाला काळाचा महिमा!

पण एक मात्र खरं, प्रत्येक माणूस जसा देवानं वेगळा घडवला आहे, तसं प्रत्येक गाव वेगळं घडवलं आहे. कान, नाक, डोळे असूनही जसा प्रत्येक चेहेरा निराळा, तशी घरं-दारं आणि देऊळ असूनही प्रत्येक गाव निराळं. एका आईच्या कुशीत जन्म घेणारी सगळी भावंडं जशी सारखी नसतात, तशी पंचक्रोशीतील सगळी गावंही सारखी नसतात.

थोडक्यात सांगायचं म्हणजे माणसाला जसं एक विशिष्ट व्यक्तिमत्त्व असतं

तसं ते गावांनाही असतं. प्रत्येक गावाला त्या गावची म्हणून एक खास पर्सनॅलिटी असते आणि म्हणूनच प्रत्येक गावचं 'पाणी' निराळं असतं. ते चाखण्यात मौज असो वा नसो; पण ते पाहण्यात मौज निश्चित आहे!

❐

अंमलदार : जुने आणि नवे

वीस-पंचवीस वर्षांपूर्वी सरकारी अंमलदारांचा गावावर किती वचक असे! साधा बेलिफ जरी गावात आला तरी तो गावाला एक अम्मलदार वाटे; मग फौजदार, मामलेदार आणि प्रांत-ऑफिसर यांचा दरारा काय सांगावा! त्यातून फौजदार गावात आला म्हणजे गावाच्या पोटात भीतीचा गोळा उठे.

तसं पाहिलं तर सगळ्या गावाला भय वाटण्याचं काय कारण? पण काही कारण लागत नसे आणि गाव भीत असे. नुसत्या या अम्मलदारांनाच गाव भीत असे असं नाही; तर त्यांची निशाणी अशी जी साहेबी टोपी, त्या टोपीचासुद्धा धाक वाटे. साहेबी टोपी दिसली की, गावाला वाटायचे,अम्मलदार आला! मग एखाद्या व्यापारी कंपनीचा तो फिरता विक्रेता जरी असला तरी गावच्या लेखी तो साहेबच असायचा. 'लिप्टनचा साहेब' हा त्यांपैकीच एक.

गावाचं हे भय ओळखून बहुरूपी अशी सोंगं घेत आणि कधी बेलिफ बनून तर कधी फौजदार बनून गावकऱ्यांना चकवत. तो बहुरूपी आहे हे कळेपर्यंत भाबड्या गावकऱ्यांची गाळण उडालेली असे. आता जर असं अम्मलदाराचं सोंग घेऊन एखादा बहुरूपी गावात गेला तर गावकरीच त्याची गाळण उडवतील! होय सरकारी अम्मलदाराचा तो दरारा आता राहिला आहे कुठं?

रोज एक साहेब आता गावात येतो. रोज मरे त्याला कोण रडे? आणि साहेबी टोप्या तर आता इतक्या झाल्या आहेत की, त्यांना कुणी विचारीनासं झालं आहे. आणि टोपीपेक्षा साहेब अधिक झाले आहेत. हा कोण तर शाळेचा साहेब, तो कोण तर खताचा साहेब. शाळेचे, शेतीचे, खताचे असे आता हजार गोष्टींचे साहेब झाले आहेत. आपल्या कामासाठी येतात आणि जातात. गावाला त्याचं काही सोयरसुतक राहिलं नाही. कुणी साहेबासारखा दिसणारा माणूस दृष्टी पडला तर त्याच्या शिपायाला

अडवून लोक विचारतात, ''कोण गा, कोण साहेब म्हणायचं?''

'अमकं-तमकं' असं कळलं म्हणजे मग म्हणतात, ''असं व्हय, जावा जावा.'' जणू काही गावकरीच त्यांना पुढं जाण्याची परवानगी देतात! या बिचाऱ्यांच्या खाण्यापिण्याची सुद्धा देखभाल आता कुणी करत नाही. महिन्यातून वीस दिवसांची फिरती करणाऱ्या या अंमलदारांच्या जेवणा-पाण्याचे हाल काय सांगावेत! कधी कधी वेळेला तुकडा मिळायची पंचाईत होते. तीन दगडांची चूल मांडून त्यावर भात-पिठलं करून खाणारे साहेब मी पाहिले आहेत.

''अहो, इतकी कशी?''

''घ्यायचं असलं तर घ्या, न्हाई तर कतरा.''

''ते न्हवं, पण किंमत ज्यास्त कशी?''

''ही अम्मलदाराची किंमत हाय. तुझ्या खिशातून जातात काय पैसे?''

''पण असं कसं?''

''हे बघ, हाय ही किंमत. रोख पैसे द्यायचे आणि माल न्यायचा. परवडलं तर घ्या नाही तर सोडून द्या.'' असा आता व्यवहार रोखीवर आला असून तेजीचा झाला आहे. अडला नारायण या न्यायानं अम्मलदारांनाही पडेल ती किंमत द्यावी लागते आणि गरज भागवावी लागते. एवढं करूनही काही वेळा बोंब होतेच. अमके अमके अधिकारी गावात येऊन कोंबड्या खाऊन गेले अशा तक्रारी थेट वर पर्यंत जातात. लोकशाहीत हे एक बरं झालं आहे. कोणीही उठून थेट वरपर्यंत तक्रार अर्ज करू शकतो. अर्थात अशा अर्जांची वासलात काय लागते ही गोष्ट निराळी. पण कधी कधी चौकशीची ही कामं खालपर्यंत येतात आणि अम्मलदारांच्या नाकीनऊ येतं. गावाचाच धाक अम्मलदारांना वाटू लागतो. अमुक गाव ना? मग तिथं पाणीसुद्धा न घेणं बरं-असं आपल्या मनाला बजावून सांगण्याची पाळी अम्मलदारांवर आली आहे.

काही असो, पूर्वीचा त्यांचा दरारा गेला एवढं खरं. जुनी एक गोष्ट मला आठवते. त्या वेळचे एक व्हॉइसरॉय कोल्हापूर संस्थानला भेट द्यायला येणार होते तेव्हा त्यांच्या स्वागताची आणि संरक्षणाची किती तयारी केली होती! एका खास रेल्वे गाडीनं ते येणार होते, म्हणून संस्थान हद्दीतील रेल्वेलाईनवर केवढा बंदोबस्त! केवळ पोलिसांचा नव्हे, तर रेल्वेलाईनच्या दोन्ही बाजूंच्या गावांतील सर्व गावकऱ्यांनी जातीनं हा पहारा करायचा. दोन दिवस त्याची रंगीत तालीम चालू होती. प्रत्येक गावचे गावकरी रोज भाकरी बांधून जायचे आणि दिवस दिवसभर रेल्वेलाईनवर उभे राहायचे. गाडी आली म्हणजे असा इशारा मिळेल आणि गाडी गेली म्हणजे तसा इशारा मिळेल, अशा सूचना देण्यात आल्या होत्या. फुटाफुटावर माणूस उभा केला

होता. एका क्षणार्धात ती गाडी आली आणि गेली. गाडी आल्याचा इशारा झाला. लोक आपापल्या जागी उठून उभे राहिले. गाडी गेल्यावर घरी निघून आले.

या एका क्षणासाठी शेकडो गावच्या हजारो गावकऱ्यांना त्यावेळच्या अम्मलदारांनी असे वेठीस धरलं होतं. पन्नास वेळा रंगीत तालीम घेऊन त्यांना अक्षरश: उठाबशा काढायला लावल्या होत्या आणि गावकरीही पदरची भाकरी बांधून दोन दिवस हा कार्यक्रम पार पाडीत होते. आता अशी गोष्ट घडणं शक्य आहे का? आपल्या महामंत्र्यांपेक्षा व्हाइसरॉयचा अधिकार काही मोठा नव्हता; पण अशी व्यवस्था, अशा इतमामाने आणि गावकऱ्यांना असं वेठीस धरून आता करता येईल का? आता पोलीस व्यवस्था ठेवतात आणि गावकरी ती मोडण्याचा प्रयत्न करतात. गावकऱ्यांना वेठीस धरण्याचे तर सोडाच! 'त्यांची मदत नको, पण निदर्शनं आणि काळी निशाणं आवरा' असे म्हणायची पाळी आताच्या अम्मलदारांवर आली आहे! इतकंच नव्हे, तर व्यवस्थेला आलेल्या पोलिसांना काही ठिकाणी प्यायला पाणी मिळेनासं झालं आहे. फौजदाराला तर पाण्यात पाहिलं जातं.

अम्मलदारांची ही परवड पाहिली म्हणजे एक जुनी गोष्ट आठवते. पूर्वी एक फौजदार किती कडक होता आणि गावावर त्याचा कसा दरारा होता हे सांगताना आमच्या राधाकाकू मला एकदा म्हणाल्या, "बाबा, काय सांगावं त्याचा दरारा! फौजदार गावात आला म्हणजे शैमला सोडून गावातनं हिंडायचं न्हाई. गाव नुसतं चळचळ कापायचं. माणसंच भ्याची असं नाही; जनावरं सुद्धा भ्याची. आमच्या ओळखीचा होता. कधी घरी यायचा. आता वेळेला घरात दूध नसायचं. धारा काढून झालेल्या असायच्या; तरी मी भांडं घेऊन म्हशीजवळ जायाची आणि तिला नुसतं म्हणायची – बाई गं, फौजदार आलाय, घरात दूध न्हाई आणि काय सांगायचं? धारा काढून झाल्या असल्या तरी फौजदार आलाय म्हटल्यावर म्हससुदिक दूध द्यायची!" आज असा काळ आला आहे की, फौजदाराला दूध पाहिजे असं म्हटल्यावर म्हैसदेखील निदर्शन करायची!

❑

खेडं : एक मुखपृष्ठ

अधूनमधून जेव्हा मी आता माझ्या गावी जातो तेव्हा मला फार चुकल्या-चुकल्यासारखं वाटतं. आज थिएटरमध्ये तमाशा पाहताना जे वाटतं ना, तसं. कानातीत रंगणारा जुना तमाशा जसा आज राहिला नाही, तसा खेड्याचा जुना तोंडवळाही आज पाहायला मिळत नाही. गेल्या पंधरा-वीस वर्षांत काळानं हा केवढा बदल घडवून आणला!

माझं स्वत:चं जन्मगाव मला ओळखीचं वाटेनासं झालं आहे. देशावरची आमची ही सगळीच गावं झपाट्यानं बदलत आहेत. खेडेगाव म्हणताच जी एक प्रतिमा डोळ्यांपुढं उभी राहत होती, ती आता पार पुसल्यासारखी झाली आहे आणि म्हणूनच अधूनमधून जेव्हा आता मी गावी जातो तेव्हा चुकल्याचुकल्यासारखं वाटतं.

गावच नव्हे, तर गावी घेऊन जाणारी पायाखालची वाटही आता बदलली आहे. पूर्वीची गाडीवाट ही आता गाडीवाट राहिली नाही. वाटेवरचे दगड जाऊन नवा मुरूम आला आहे. या खडीच्या रस्त्यावर आता मोटारी धावताना दिसतात. नुसत्या एस.टी. गाड्या नव्हे, ॲम्बॅसडर आणि जीप यांचीही वर्दळ वाढली आहे. पूर्वी निवांत भासणारा रस्ता आता गजबजून गेला आहे. साठ-पासष्ट पैशांचं तिकीट काढलं की, अर्ध्या तासात गावी जाण्याची सुखसोय झाली आहे खरी; पण त्यात सोयच अधिक सुख कमी. तोंडाने शीळ घालत पायी गाव गाठण्यात जी मजा होती ती आता राहिली नाही. आणि एस.टी.त बसून कोणी शीळ घातलीच तरी ती खरी नाही.

गावच्या या गाडीवाटा जशा जाऊ लागल्या आहेत तशाच पाऊलवाटाही दिसेनाशा झाल्या आहेत. 'मला आवडते वाट वळणाची' वगैरे ओळी आता फक्त कवितेत वाचायच्या आणि त्यावरच समाधान मानायचं. कारण बऱ्याचशा पाऊलवाटांचं रूपांतर 'ॲप्रोच रोड'मध्ये झालेलं आहे. दरसाल श्रमदान चालूच आहे. कधी कुणाला

श्रम न देणाऱ्या बिचाऱ्या पाऊलवाटांच्या नशिबी असे अनेकांचे श्रम घेण्याची पाळी आली आहे. गेल्या त्या पाऊलवाटा आणि ज्या राहिल्या असतील त्याही उद्या जातील.

आता गावी गेलं की प्रथम एस.टी.चा स्टॅण्ड किंवा शेड लागते. बहुधा हीच गावाची वेस असते. पण तिथलं वातावरण किती बदललं! पूर्वी खेड्यात कोणी हॉटेल घालत नव्हते. आता हॉटेलं दिसू लागली आहेत. हॉटेलंच काय, त्यांच्या जोडीला सोडावॉटरची आणि पानपट्टीची दुकानंही आता आली आहेत. रानात शेतकरी हॉटेलपुढे गाडी उभी करून चहा घेताना दिसतो. नुसता शेतकरी नाही, मेंढरं घेऊन चाललेला धनगरही मेंढरांचा खांड बाहेर उभा करून हॉटेलात चहा पीत बसलेला असतो. माझ्या लहानपणी हे दृश्य मी खेड्यांत पाहिलं नव्हतं.

अशी अनेक नवी दृश्य आता तिथं आढळतात. पुण्यातच मुली सायकलीवर बसतात असा तोरा मिरवायचं कारण नाही. उलट, इथं जे दिसणार नाही तेही तिथं दिसतं. पुढच्या दांड्यावर बाईला बसवून डबलसीट सायकल मारणारे बहादूर मला खेड्यातच दिसतात!

अशा एखाद्या गावातनं आज फेरफटका मारला तर अनेक नवे बदल आढळतात. पाचशे उंबरा असलेल्या गावात ग्रामपंचायतीनं किती तरी सुधारणा केल्या आहेत. मुख्य म्हणजे डांब-कंदील जाऊन आता वीज आली आहे. दिवस मावळून कडुसं पडायच्या वेळी दुरून दिसणारं गाव एके काळी किती छान दिसत असे. झाडाझुडपात दडलेलं आणि संध्याप्रकाशात न्हालेलं गाव दुरून पाहात राहावं असं वाटे. कुठे एखादी पाजळलेली दीपमाळ – खेड्यात तिला 'डिकमल' म्हणतात. ती किती छान दिसे; पण आता हे दिवे जाऊन बिजली आली आहे. इलेक्ट्रिसिटी. आता दुरून दिसणारं गाव हे एखाद्या फॅक्टरीसारखं दिसू लागलं आहे. चोरांच्या मनात आता नुसतं चांदण्यांचं भय राहिलेलं नाही!

लहानशा खेड्यांतही आता वॉर्ड दिसू लागले आहेत. एखाद्याला पत्र लिहिताना आता 'ए वॉर्ड', 'बी वॉर्ड' असा पत्ता लिहावा लागतो. नुसते वॉर्ड नाही, गावात नव्या पेठा झाल्या आहेत. सोमवार पेठ, मंगळवार पेठ वगैरे. पूर्वीच्या गल्ल्या आणि आळ्या आता गेल्या. माळी आळी, सोनार आळी ही नावं आता इतिहासजमा झाली. इतकंच नव्हे तर घरांना नंबर आले आहेत. साधे नाही, '३६०/अ' वगैरे. पूर्वी नुसते लिंबाखालचा बापू म्हटल्याने भागत होते. आता वॉर्ड, पेठ आणि घर नंबर सांगितला तरच पत्ता लागेल. आता रस्त्या-चौकांनाही नावं आलेली आहेत. एखादा गल्लीवजा रस्ता 'सुभाष रोड' या नावानं मिरवतो, तर लहानसा चौकदेखील 'आझाद चौक', 'जवाहर चौक' अशा नावानं ओळखला जातो.

आणखी एक बदल जाणवतो, तो म्हणजे दुकानांना पाट्या आहेत. पूर्वी दुकानं

होती; पण पाट्या नव्हत्या. 'मंडप्याचे', 'मगदुमाचे' दुकान हे पाटीविना कळत होते, पण आता पाटीविना दुकान आढळत नाही. अशा या पाट्या आल्या आणि खेड्यातल्या शिंप्याचा 'टेलर' झाला आहे. 'लेडिज स्पेशॅलिस्ट' अशीही पाटी आता खेड्यात आढळते. लंगोट आणि चड्ड्याही तो शिवतो ही गोष्ट वेगळी! अहो, पूर्वी धोपटी काखोटीला मारून जाणारा न्हावीही आता दुकान थाटून बसला आहे. 'सुभाष केशकर्तनालय' अशा अनेक राष्ट्रीय पुढाऱ्यांच्या नावाने या पाट्या खेड्यात झळकताना दिसतात. थोडक्यात सांगायचे म्हणजे 'प्रोव्हिजन स्टोअर्स' पासून 'हनुमान सायकल मार्ट' पर्यंत आणि 'केशकर्तनालया'पासून 'इंदिरा भुवन' पर्यंत या सगळ्या पाट्या आज खेड्यांत वाचायला मिळतात. खरे तर खेड्यांतील दुकानदारी व उद्योगधंदे यावर स्वतंत्र विचार करायला हवा.

आता खेड्यांतली देवळं बघून तर मनात भलते विचार येतात. देवळाच्या भिंती म्हणजे जाहिरातींच्या जागा झाल्या आहेत. सरकारी 'त्रिकोण' हा तर त्यावर हमखास पेंट केलेला असतो. 'कुटुंब लहान, सुख महान' हे आणि अशी इतर अनेक घोषवाक्यं देवळाच्या भिंतीवर आढळतात. तमासगीर बायांची पोस्टर्सही चिकटवलेली असतात आणि 'यांनाच आपली मते द्या' अशी ताकीदही असते. देवळे ही आता पवित्र पूजास्थाने राहिली नसून 'मल्टीपरपज स्कूल्स' बनली आहेत. देवळाच्या मंडपात पूर्वी कीर्तनं होतं, तिथं आता राजकीय सभेपासून तमाशाच्या प्रयोगांपर्यंत सगळं काही होऊ लागलं आहे. 'जाऊ कशी तशी मी नांदायला' ह्यासारख्या रेकॉर्ड्स तिथं लावल्या जातात. मग आणखी काय राहिलं?

पूर्वी खेड्यात एखादं कलालाचं दुकान असे, ते मात्र आता राहिलेलं नाही. याचा अर्थ गावात व्यसनी लोक नाहीत असा मुळीच नाही. उलट, हातभट्टी बोकाळली आहे. तिला कुणी 'होम इंडस्ट्री' ही म्हणतात, कुणी 'पंप' म्हणतात, कुणीं 'गार चहा' म्हणतात. ही नवी परिभाषा तयार झाली आहे. कलालाचं दुकान गेलं आणि लोक आता 'पंपा'वर जाऊ लागले आहेत. बहुतेक खेड्यांत असे दहा-पाच तरी 'पंप' असतात. या 'गार चहा' चं प्रमाण आता खूप वाढलं आहे.

'खेडणं म्हणजे जमीन कसणं आणि खेडू म्हणजे जमीन कसणारा, तेव्हा खेडूंची जी वस्ती ते खेडं.' ते खेडं आज दिसत नाही. आता त्याचा तोंडवळा बदलला आहे. अंतरंगाचा ठाव घेणं तर आणखी कठीण. हे झालं फक्त मुखपृष्ठ! ❒

गूळपाणी ते कोकाकोला

एके काळी शेतकरी म्हटला की, अंगात पैरण, खांद्यावर घोंगडी, पायात जाड पायताणं, डोक्याला मुंडासे किंवा पटका आणि हातात काठी असा पोशाख असलेली व्यक्ती डोळ्यांसमोर उभी राहायची. आता हा शेतकरीही बदलला आहे आणि तो पोशाखही गेला आहे.

'वांगी' छाप किंवा 'चिमणी' छाप मांजरपाटाचं कुडतं घालणारा शेतकरी आता राहिला नाही. 'भलं गडी दादा ' आणि 'भलरीऽऽऽ दादा'च्या काळातलं हे मांजरपाट आता शॅम्पल म्हणूनही बघायला मिळत नाही. मांजरपाट जाऊन आता टेरेलिन आलं आहे. खांद्यावरचं घोंगडं तर केव्हाच गळून पडलं आहे. पायांतलं जाड पायताण जाऊन त्याजागी आता बाटाच्या चपला आल्या आहेत. मुंडासं तर दिसत नाही; पण पटकाही कमी झाला.

शेतकऱ्यांच्या डोक्यावर एक तर आता पक्षाच्या टोप्या दिसतात, नाही तर डोकी रिकामी दिसतात. कधी कधी चक्क भांग पाडून शेतकरी रानात जाताना दिसतो. तरुण शेतकरी तर विजार आणि पँट घालू लागला आहे आणि पान तंबाखूची चंची जवळ बाळगावी तसा ट्रान्झिस्टर बाळगू लागला आहे. कानातला मळ काढणाऱ्या लोकांप्रमाणे आता किती तरी लोक काखेला ट्रान्झिस्टर अडकवून गावात व रानात हिंडताना दिसतात. काहींना तर गवत कापताना आणि मोट मारतानाही जवळ ट्रान्झिस्टर लागतो. काळानं केवढा बदल घडवून आणला आहे हा! ही हरितक्रांती बरं!

पूर्वी शेतकऱ्याला 'कुणबी' असं एक नाव होतं. आता या हरितक्रांतीनं बहुतेक कुणबी 'बागायतदार' म्हणून ओळखले जाऊ लागले आहेत. पाच-दहा एकर ऊस करणारा शेतकरी हा बागायतदार झाला आहे आणि त्याचं जीवन पार बदलून गेलं आहे. त्याचं पूर्वीचं साधं जीवन आता राहिलं नाही. रानात भाकरी जावी तशी आता

चहाची किटली आणि कप-बशा रानात जाताना दिसतात.

शेतावर कामाला आलेले गडी गावातल्या हॉटेलातून चहा मागवतात. सकाळची न्याहारी, दुपारची कांदाभाकर आणि रात्रीचा तुकडा असं आता साधं जेवण राहिलं नाही. सकाळी उठून चूळ भरली, की आधी आता चहा लागतो. पूर्वी कामानिमित्त कुठं बाहेरगावी गेलं तर बरोबर भाकरी घेऊन जाण्याची पद्धत होती. आता हे पार बदललं आहे.

परवा आमच्या ओळखीचा एक बागायतदार घरी आला. दहा वर्षांपूर्वी वेळेला ताक-कण्या मिळाल्या म्हणजे समाधानाने तो ढेकर देत असे. तोच हा माणूस परवा मुक्कामाला घरी आल्यावर मला म्हणाला, ''जेवायला आपण भाईर जाऊ या बरं का.''

मी म्हटलं ''बाहेर, ते का?''

''उगंच! घरात वैनींना का तसदी? झकास भाईरनं जेऊन येऊ की.''

आपल्या घरी आलेल्या पाहुण्याबरोबर जेवायला बाहेर जाणं मला पसंत नव्हतं, पण त्याच्यापुढं काही इलाजच चालेनासा झाला आणि अखेर मी त्याच्याबरोबर बाहेर निघालो. तो मला म्हणाला, ''कुठलं तरी बेस्ट हॉटेल काढा.'' मी विचारलं, ''बेस्ट म्हणजे?''

''अहो, जिथं बाईबिई नाचत असती अशा एखाद्या युरोपीन हॉटेलात चला की!''

हे ऐकून मी थक्कच झालो. बसायला पाट नसला तरी ज्याचं चालत होतं, त्याला आता हॉटेलात नाचणारी आणि गाणारी बाई आठवंत होती! या संदर्भात मुंबईतल्या अनेक हॉटेलांची नावं मला त्यानं भडाभडा म्हणून दाखवली. हा बदल का थोडाथोडका म्हणायचा?

एका वेळच्या जेवणासाठी रुपया खर्च करताना ज्याच्या जिवावर येत असे, तो आता वेळेला पाच पन्नास रुपये खर्च करताना मागं-पुढं पाहिनासा झाला आहे. शेतकऱ्यांच्या जीवनात असा काही बदल होईल असं पंधरा वर्षांपूर्वी कोणी म्हटलं असतं, तर मी तरी निदान त्याला वेड्यात काढलं असतं.

आता खेड्यात गेला तर गूळपाणी कोणी देत नाही. ती चाल आता पूर्ण मोडली. आता कोणाच्या घरी पाहुणे म्हणून गेला तर आपला शेतकरी विचारेल, ''पावणं, काय घेणार? चहा, कॉफी, का कोकाकोला?''

परवा गावी गेलो तेव्हा अशा अनेक नव्या गोष्टी अनुभवल्या. एका बड्या बागायतदारांच्या घरी त्यांना भेटायला गेलो तर अर्ध्या तासात सांगलीहून ऑरेंजच्या आणि कोकाकोलाच्या बाटल्या त्यांनी आणवल्या – स्पेशल गाडी पाठवून.

मी म्हटलं, ''एवढ्यासाठी कशाला गाडी पाठवली?''

त्यावर ते म्हणाले, ''अहो, केसं कापायला पोरं गाडी घेऊन सांगलीला जात्यात

आणि कोकाकोल्याच्या बाटल्या आणल्या, ह्यात काय बिघडलं?''

बिघडलं काहीच नव्हतं. मला मात्र हे सगळं नवीन होतं. बघत होतो. काय काय बघणार? शेतकऱ्यांनी आता पन्नास हजार, ऐंशी हजारांच्या इमारती खेड्यांत उठवल्या आहेत. एका सरपंचानं तर लाखाचा बंगला बांधला आणि उद्घाटनाला मंत्री येऊन गेला, हे मी प्रत्यक्ष डोळ्यांनी बघितलं आहे. काहींच्या घरांत फ्रीजही आला आहे. आता आणखी काय काय यायचं राहिलं?

पूर्वी खेड्यात चार शेतकरी जमले, की कुळव-काठी, पीकपाणी यांवर ते बोलत. आता त्यांचे बोलण्याचे विषयही बदलले आहेत. कुळव, नांगर या अवजारांची नावं मागं पडून ट्रॅक्टरच्या गोष्टी निघतात. पस्तीस हजार-चाळीस हजारांची भाषा! नुसती भाषा नाही, प्रत्यक्ष एवढे पैसे मोजून ट्रॅक्टर खरेदी केला जातो. अंगणात आता गाडीचं चाकच काय; पण ट्रॅक्टर, ट्रॉल्या आणि वीस-बावीस हजारांच्या गाड्या आल्या आहेत. सारं रूपच पालटत चाललं आहे.

शेतकऱ्याला पूर्वी शेती आणि जनावरं यांचा एक नाद होता; आता अनेक नवे नाद लागलेले दिसतात. बरेच बागायतदार जनावरांबरोबर आता बायाही पाळू लागले आहेत. माझ्या एका स्नेह्यानं एक मजेदार गोष्ट सांगितली. एका बागायतदाराला बरोबर घेऊन एका चित्रपटाचं शुटींग पाहायला तो गेला होता. शुटींग पाहून झालं आणि तो बागायतदार आपल्या मित्राला म्हणाला, ''ही नटी एका सिनेमाचं काय पैसं घेती?''

त्यानं सांगितलं, ''घेत असेल चार-पाच हजार रुपये.''

''एवढंच?''

''फार तर आणखी एक दोन हजार जास्त.''

''एवढंच व्हयं,'' असं म्हणून तो बागायतदार म्हणाला, ''आम्ही धा हजार देऊ की!''

''कशाला?''

''आमच्याकडं ऱ्हात असली तर बघा की!''

तो काय बघणार? त्याच्याच तोंडाकडं बघत राहिला. त्यावरही तो बोलला, ''अहो, बघतायसा काय? चेष्टा करत नाही मी. खरं सांगतो. सालाना धा हजार देऊ आपुन. जमवा.'' अक्षरश: ही घडलेली गोष्ट आहे. पूर्वी शेतकरी नाटक, सिनेमा बघत नव्हते असं नव्हे; पण हा विचार त्यांच्या मनात आला नसेल. आता ते कोणालाही विकत घेण्याची भाषा करू शकतात. मग ती नटी असो, किंवा एखादा अंमलदार असो. पैसा देऊन त्याला खिशात घालण्याचं बळ त्यांना आलं आहे आणि ती कलाही त्यांनी हस्तगत केली आहे. पंढरपूरच्या पांडुरंगालासुद्धा ते म्हणतील, ''तुला किती पैसे पायजेत बोल... एका रकमेनं देतो; पर आमच्याकडं चल!''

हरितक्रांतीनं शेतकरी असा बदललाय. त्याच्याजवळ पैसा झाला, ही तर उत्तम गोष्ट झाली. तो भोळा राहिला नाही ही तर त्याहून उत्तम गोष्ट झाली. खरं सांगायचं, तर आता काळ आला आहे शेतकऱ्यांचा! राजकपूर आणि दिलीपकुमार यांच्यासारखे नट आता शेती घेऊ लागले आहेत, ते का उगाच!

❑

ग्रामीण मराठीवरील इंग्रजीचा परिणाम

खेडोपाडी बोलल्या जाणाऱ्या ग्रामीण बोलीवर इंग्रजी भाषेचा किती परिणाम झाला आहे हा एक आता प्रबंधाचा विषय होऊ शकेल. कदाचित या घटकेला कोणी पंडित या विषयावर एखाद्या विद्यापीठात संशोधनही करत असेल आणि कुणी सांगावं, हे मी लिहीत असतानाच एखाद्याला 'डॉक्टरेक्ट' ही बहुमानाची पदवी मिळालीही असेल. असो, या पदवीशी आपल्याला काही कर्तव्य नाही. हा एक प्रबंधाचा विषय होऊ शकेल एवढंच अभ्यासकांना इथं सुचवलं. पण एक खरं– यातला अभ्यासाचा भाग जरी आपण वगळला आणि त्यात खोलवर न शिरता नुसती तोंडओळख जरी करून घेतली तरी आजच्या ग्रामीण बोलीचं एक मनोज्ञ दर्शन घडायला हरकत नाही.

'लँटर्न' या शब्दापासून 'लाटणं', 'पँटलून' पासून 'पाटलून' हे व इतर काही शब्द आता फार जुने झाले. त्यांपैकी काही शब्द तर झिजून झिजून आता चलनात राहिलेही नाहीत. राणी छाप बुचड्याचा रुपया गेला तसं हे ही गेलं. आता लाटणंही कुणी म्हणत नाही आणि पाटलून हाही शब्द फारसा वापरात राहिला नाही. पण काही शब्द मात्र इतके आपले झाले, की ते इंग्रजीतून आले आहेत याची जाणही फारशी कुणाला नाही. सायकल, मोटार, शर्ट, कोट हे व इतर काही शब्द आता अगदी मराठी वाटतात. भाषेच्या व्यवहारात त्यांचे गोत्र कोणी पहात बसत नाही. असे जे शब्द रुळले आहेत त्यांची तशी नवलाई वाटण्याचं कारणही नाही; परंतु गेल्या काही वर्षात जे नवे पाहुणे आले आणि इथंच बिऱ्हाड करून राहिले, त्यांचा परिचय करून घेणं गमतीचं वाटेल.

त्यांपैकीही काहींचा परिचय आपल्या अलिकडच्या ग्रामीण वाङ्मयानं करून दिला आहेच. मिस्टिक (मिस्टेक), डेंजर माणूस, जंक्शन माणूस इत्यादी शब्दप्रयोग

वाचनात आले आहेत; परंतु या शिवायही आणखी कितीतरी शब्द व वाक्प्रचार इंग्रजीतून ग्रामीण बोलीत आले आहेत आणि त्यांची ओळख करून घेणं तुम्हाला खचित आवडेल.

गेल्या दहा-पंधरा वर्षांत ऑईल इंजिनं पुष्कळ झाली आहेत. विहिरीवरच्या मोटा गेल्या आणि ही इंजिनं आली. लगेच ग्रामीण बोलीनं त्यातल्या काही प्रतिमा उचलल्या. एखाद्या गोष्टीला अमुक एखाद्यानं चालना द्यावी अशी अपेक्षा असली म्हणजे खेडुत म्हणतो, ''आण्णा, तुम्ही हँडल मारलं म्हणजे बरं होईल बघा.'' हँडल मारणं, पट्टा चढवणं, तेल घालणं इत्यादी शब्दप्रयोग इंजिनवरून आले आहेत. अशाच एका बागायतदाराकडं मी एकदा गेलो आणि त्याच्या गड्याकडं चौकशी केली, ''काय, मालक आहेत का?'' तो गडी म्हणाला, ''हैत; पण पिस्टान तापलंय!'' 'पिस्टान तापलंय' म्हणजे मालक तापलाय असं त्याला सांगायचं होतं. 'पिस्टान'ची ही अशी नवी भर पडली आहे.

मध्यंतरी आम्ही काही साहित्यिक अशाच एका बागायतदाराच्या मळ्यावर हुर्ड्याला गेलो होतो. तिथं रानात बसलो असताना एक गडी आला आणि त्या बागायतदाराला म्हणाला, ''मालक, दोन दिवस राम्याचा पत्त्या नाही.''

''का, काय भानगड हाय?''

यावर तो बोलला, ''त्याचं काय परक्युलेशन हाय कळत नाही.''

आम्ही सगळे साहित्यिक थक्क होऊन त्याच्याकडं पाहत राहिलो. 'परक्युलेशन' हा शब्द त्याच्या तोंडून कसा आला याचंच आम्हाला नवल वाटत होतं. पण त्यात नवल वाटण्यासारखं काही नाही. कॅनॉलच्या पाण्यावर ज्या जमिनी आता पिकू लागल्या आहेत तिथल्या माणसाच्या तोंडी असे शब्द सहजी बसू शकतात व निघू शकतात. रेल्वेलाईन व स्टेशनच्या जवळ असलेल्या एका गावात मी असाच एक गमतीदार शब्द ऐकला. मी ज्यांच्याकडं उतरलो होतो ते कोणाची तरी चौकशी करत होत. त्यांनी विचारलं, ''आज काल फार तो त्या घरात दिसतो. काय चाललंय?'' यावर उत्तरादाखल बोलताना तो म्हणाला, ''व्हय, सारखा तिथं जातोय खरा... काय त्यांचं शंटिंग चाललंय कळत नाही.''

कळत नाही असं तो म्हणाला खरा, पण त्यानं वापरलेल्या 'शंटिंग' या शब्दानं बरंच काही कळून चुकलं. रेल्वेनं दिलेला हा नवा शब्द मोठा बोलका वाटला. असे काही इंग्रजीतून ग्रामीण मराठीत आलेले शब्द भिन्न अर्थानंही वापरले जातात. कोणता अर्थ त्यांना प्राप्त होईल काही सांगता येत नसतं.

एक-दोन वर्षांपूर्वी मी गावी गेलो होतो. असेच एकाच्या सोप्यावर बोलत बसलो होतो. अंगणात पोरं खेळत होती. एका पोरानं दुसऱ्या पोराला मारायला सुरुवात केली. काही केल्या ते पोर ऐकेना. मी त्याच्या बापाला म्हटलं, ''काय

हे, काय चाललंय हे पोरांचं?''

तो म्हणाला, ''काही केलं तरी ऐकतच न्हाईत... काय करायचं?''

''ऐकत कशी नाहीत?''

''आता काय सांगायचं,'' असं म्हणून तो म्हणाला, ''अहो, पोरंच लई टायफॉईड हैत!''

मी म्हटलं, ''काय आहेत?''

''अहो, टायफॉईड, टायफॉईड! काय ऐकायची बात न्हाई बघा.''

आता टायफॉईडचा हा अर्थ मला खरोखर नवलाईचा वाटला. माझ्या लेखी 'टायफॉईड' हे फक्त एका रोगाचं नाव होतं – हा अर्थ नव्हता.

अशीच आणखी एक गोष्ट. परवा आमचे एक गावाकडचे नातेवाईक आले होते. बोलता बोलता मी विचारलं, ''आमचे गायकवाड गुरुजी तुमच्या परिचयाचे आहेत का?

यावर ते म्हणाले, ''कोण? गायकवाड गुरुजी?''

मी म्हटलं, ''होय. त्यांची ओळख झाली आहे काय?''

''ओळख?'' असे विचारून ते म्हणाले, ''अहो, ओळखीचं काय विचारता? चाराठ दिवसाला आमची भेट हायेच. मी तरी त्यांच्याकडं जातो, न्हाई तर ते तरी आमच्याकडं येतात.''

मी म्हटलं, ''असं का?''

''तर आमच्यात लई पार्टिशन हाय.''

पार्टिशनचा शब्दकोशातला अर्थ आणि हा अर्थ यांची सांगड कशी घालणार सांगा! इथं अगदी उलट अर्थानंच तो वापरला होता. असे इंग्रजीतून ग्रामीण बोलीत नवे नवे शब्द येऊ लागले आहेत. नित्य त्यात नवी भरही पडत आहे. पुष्कळदा हे शब्द फार बोलके करतात. बोलणाऱ्याच्या मनातला भाव समर्थपणे व्यक्त करतात. त्याची ही फक्त ओझरती ओळख झाली. खरं तर कोणीतरी त्यावर सखोल अभ्यास करून प्रबंधच लिहायला हवा. अर्थात हे काम माझं नाही; ते अभ्यासकांचं आहे. आज ना उद्या कोणी संशोधक लाभेलही.

❏

भागाबाई

'ललित' चे संपादक श्री. केशवराव कोठावळे यांचं काही दिवसांपूर्वी मला एक पत्र आलं. त्यांनी अगत्यानं लिहिलं होतं, जर 'वेणा' कथेची नायिका भेटली तर कळवा आणि जी मुलाखत होईल ती 'ललित' साठी पाठवून द्या. आधी वाटलं, कुठली अशी भेट व्हायला? मी पुण्यात राहतो. इथल्या इथं कुठं डेक्कनफिक्कनवर असती तर लगेच रिक्षा करून भेटून आलो असतो; पण माझ्या सगळ्या मानसकन्या लांब कोल्हापूर जिल्ह्यात राहणाऱ्या. त्याही खेड्यापाड्यातल्या. 'लिव्हर ब्रदर्स' सारख्या कुठल्या कंपनीच्या फिरत्या विक्रेत्या असत्या तर एक गोष्ट निराळी. बरं, माझीही अलीकडं काही फेरी होत नाही. शिवाय असं आहे... एकदा उजवून मोकळं झाल्यावर कशाला आपण तरी वरचेवर भेटायला जायचं? एखादं बाळंतपण आपण केलं म्हणजे आपलं कर्तव्य संपलं! माहेर काही जन्माला पुरत नसतं. तशा माझ्या लेकीही शहाण्या. दिल्या घरी सुखी आहेत. सासर कसंही असलं तरी माहेरी पळून येत नाहीत. इकडची आठवणसुद्धा काढत नाहीत. मग माझी आणि भागाची भेट कशी होणार? कधी चार ओळींचं टपाल नाही, तर भेट कुठली? पण परवा अगदी अचानकच ती भेटायला आली! त्याचं असं झालं –

माझ्या काही ध्यानीमनीच नव्हतं. दुपारचं जेवण करून मी आरामखुर्चीत वाचत बसलो होतो. एवढ्यात दार वाजलं. बघतोय, तर दारात आमची भागाच उभी होती! एकटी नव्हती, सगळा गोतावळा घेऊन आली होती. मी चकित होऊन म्हणालो, ''भागा! कसं काय असं अवचित येणं झालं?''

''वारीला आलतो...''

''वारी?''

''व्हय, देऊ-आळंदी केली. म्हटलं, आता जाता जाता तुम्हाला आढळून जावं.''

“बरं झालं... भेट झाली.” असं म्हणून मी विचारलं,

“ही वारीबिरी आणि केव्हापासून करू लागलीस?

भागा म्हणाली, “उगंच, हे मास्तर निघालं... सोबत गावली आणि मीबी निगालो झालं.”

“पाऊसपाणी बरं आहे?”

“पाऊस औंदा चांगला झाला. पिकं बी सोळा आणे आल्यात... म्हटलं, जरा देव देव करावं!

“आला, बरं झालं!” असं म्हणून मी विचारलं,

“हे मास्तर कोण?”

राम राम करत मास्तर बोलले, “मला ओळखलं नाही व्हय? सातवीचा अभ्यास घेणारा मी झेंडे मास्तर नाही का?”

“होय की,” असं म्हणून मी बोललो, “एकदम ध्यानातच आलं नाही माझ्या! बसा बसा.”

मग बायकोनं पाय धुवायला पाणी दिलं. मी आपला विचार करत राहिलो. झेंडे मास्तरांची ओळख मी कशी विसरलो? ते काही साधे मास्तर नव्हते! ते शिकवायला असले म्हणजे वर्गातली मुलं तर पास व्हायचीच; पण वर एखादा आगाऊ पास व्हायचा! अशा एकशे एक टक्के निकाल लावणाऱ्या गुरुजींची आठवण विसरावी? पण सगळ्यांची आठवण तरी कशी असणार? हैद्राबादच्या निजामासारखंच लेखकाचंही असतं! केवढा जनानखाना, किती पोरंबाळं... काय पत्ता लागतो? मी असा विचारात मग्न होतो, एवढ्यात भागाच्या प्रश्नानं भानावर आलो... म्हटलं, “काय?”

हात-पाय धुऊन सगळे बसले होत. भागा जवळ बसत म्हणाली, “मधी काय लई हिकडं धुळवड उडाली!”

“कसली धुळवड?”

“रोज पेपरात छापून एत हुतं की!” असं म्हणून ती सांगू लागली, “ मला तरी काय दक्कल. एक दिवस अशान् असं म्हणून हे झेंडे मास्तरच सांगत आलं. मी म्हटलं, जाऊ द्या तिकडंऽऽ आलं असंल काय तरी... ते रोज फुडं म्हैना-दोन म्हैनं त्या सकाळफिकाळात एतच ऱ्हायलं की! तुमच्या कानावर काय आलंय का न्हाई ह्यातलं?”

मी हसून म्हणालो, “मला वार्ता नाही, असं कसं होईल?”

यावर ती बोलली, “आमाला वाटलं, तुमच्यापतूर हे काय अजून आलंच न्हाई जणू!”

“का, मी पेपर वाचत न्हाई?”

“तसं न्हवं, विचारायचा भावार्त असा, मग ही एवढी दंगल उडालती आणि

कानावर हात ठेवून तुमी गप्पच कसं बसला?''

झेंडे मास्तरही म्हणाले, ''आमची अशी समजूत झाली की, तुमी सिनेमा फिनेमा ह्यात कुठंतरी गुंग झालाय जणू!''

''हेच आमी धरून चाललोय हो... पुण्यात हैत का आणि कुणीकडं दौड मारलिया कुणास ठावं!''

मास्तर बोलले, ''तुमी कुणीकडं तरी लांब जाऊन कशात तरी मग्न झालाय अशी आमची खात्री झाली.''

''असं का वाटलं?''

''का म्हंजे? तुमचं कशातच काय छापून आलं न्हाई की! तुमी आता ह्यास्नी कवा धारेवर धरता आणि ह्यांची हबेलहंडी उडीवता ह्याची आमी वाट बघत होतो.!''

मास्तर बोलले, ''अहो ते 'सकाळ' आणि 'प्रभात' आम्ही चालूच केलं बघा!''

भागा बोलली, ''रामायण म्हाभारताची पोथी लावत न्हाईत? तशी आम्ही ही पोथीच सुरू केली! तीनदा कंदिलाचं कोकं फुटलं तर तीनदा ते इकत आणलं, पर वाचन बंद केलं न्हाई बगा.''

आणि असं म्हणून तिनं विचारलं, ''पर एवडा गदारोळ ह्यांनी उटविलाता, आणि तुमी गप्पच का बसला?''

मास्तरही म्हणाले, ''तुमी कवा ठोकता ह्यची आमी वाट बघत हुतो!''

मी म्हटलं, ''त्याचं असं आहे मास्तर; बरं का भागा, परस्पर वाद चालला होता... कशाला तोंड घाला त्यात?''

''पर तुमच्यावर आणि माझ्यावरच बल्ला आलती की!''

''ते खरं,'' असं म्हणून मी बोललो, ''दहा लोक दहा तोंडानं बोलतात. आपण गप्प ऐकत बसलेलं बरं.''

तिनं विचारलं, ''एवडं शांत कवापासनं झाला?''

मास्तर तर म्हणाले, ''तीन महिने पेपर घेत होतो. आमचे पैसे फुकट गेले!''

मी म्हटलं, ''मास्तर, डायरेक्ट माझ्यावर हल्ला नव्हता तो! तसं असतं तर मी उत्तर दिलं असतं.''

''अहो, असं का? तुम्हाला आणि भागालाच गोवलं होतं की!''

''गोवलं आणि कसलं?'' असं म्हणून भागा बोलली, ''चांगली संक्रात गुदरली होती तर! हे असं कायबाय नाव घालून छापून या लागलं आणि नको ते माणूस विचारू लागलं – हे काय गं बाई भागाबाई?– काय गं बाई भागाबाई? आता काय सांगायचं?''

मास्तर म्हणाले, ''जगात नाचक्कीच करायची धरली होती हो त्यांनी!''

भागा म्हणाली, ''पर ह्यांनी त्यांची पच्ची उडवू ने काय?''

भागा पार भडकली होती. अंगाचा सगळा डोंब उडाल्यागत दिसत होती! आता आपण काय बोलावं तर आणखी आग भडकेल म्हणून न बोलता मी आपला हसत राहिलो; तर भागा म्हणाली –

"हसून साजरं करता व्हय! ह्या माझ्या पाच वरसांच्या लेकीला सुद्धा राग आला, आणि तुमाला न्हाई?"

तिची ही लेक चांगली तरतरीत दिसत होती. काळीसावळी असली तरी तोंडावर राग होता. तिच्याकडं बघत मी विचारलं, "हा कितवा नंबर म्हणायचा भागा?"

"अहो, असं का करता? आधीची दोन पोरं आणि हीच की बया तवा उपजली!"

"हीच व्हय!"

"तर! हिच्या येळंलाच तसं झालं की – वाटंत बाळत व्हायची पाळी आली! ही अशी मर्गाई जलामली नसती तर कशाला ह्या सगळ्या लोकास्नी अशा येणा लागल्या असत्या?"

मी विचारलं, "काय नाव ठेवलंय हिचं?"

"पाळण्यात पारबती आणि आता म्हणतो इंदिरा."

मास्तर म्हणाले, "लई हुशार हं! तुमच्यासारखी कोण तरी ही लेखक होणार बगा!"

"शाळेत घातलंय?"

"तर! जाती की आता बालमंदिरात."

तारीफ करत मास्तर म्हणाले, "घरात पेपर येऊ लागलं आणि 'स-स सकाळ', प-प पबात' असं वाचाय लागली बघा ही!"

"अरे वा!"

"वा काय?" असं म्हणून भागा बोलली, "जरा थोरली असती तर कोण माझ्या आईचं नाव काडतंय म्हणून धोतार फेडून घेतलं असतं बघा एकेकाचं!"

"ही चिंगळी बाकी आहे बरं का तशी!" असं मास्तर म्हणाले आणि लेकीचं तोंड कुरवाळत भागा बोलली, "फुडं मागं लेख लिऊन तू पांग फेड ग बाई माझं!"

मास्तर लगेच तिच्या हातात पेपर देत म्हणाले, "दाखव, जरा वाचून, दाखव बघू."

इंदिरा वाचू लागली, "गला एक काना 'गा' वर एक मात्रा 'गो'... ड... 'ब' ला एक काना 'बा' वर एक मात्रा 'बो' – गोडबो...'ल' वर मात्रा 'ले' 'गोडबोले'...'

मी म्हटलं, "शाबास इंदिराबाई! चांगलं वाचलं! एवढ्या कानामात्रा असलेलं नाव वाचलं, आणखी काय पाहिजे?" आणि असं म्हणून मास्तरांना विचारलं, "वारीला येताना हे अंक कशाला घेऊन आलाय?"

"तुम्हाला द्यावं म्हणूनच आणल्यात की हे सगळं अंक."

भागाही म्हणाली, ''आमाला तरी काय उपेग? काय धार काढायची हाय? का दुकान हाय आमचं तवा पुड्या बांधाव्यात?''

''बरं. आता ठेवून द्या– रद्दीत घालू.''

''कुठं घालायचं आणि काय करायचं हे तुमी बघा.'' असं म्हणून ती बोलली, ''बरं, ह्या लोकांचं म्हन्न तरी काय हुतं?''

मी म्हटलं, ''अशी कथा असलेलं पुस्तक कॉलेजमधल्या मुलांना शिकवूने.''

''अशी म्हंजे कशी?''

''त्यात बाळंतपणाचा जरा उल्लेख नव्हता का?''

''व्हय, त्याच माझ्या येणा त्याच्यात मांडल्या हुत्या! मग ह्यंच्या का पोटात दुखावं?''

असं म्हणून तिनं विचारलं, ''मग त्यात काय वावगं हुतं?''

मी म्हटलं, ''पांढरं जातं का? तांबडं जातं का? असे काही शब्द त्यात आहेत. ते जरा यांना अश्लील वाटले.''

''व्हय, रत्नानं इचारलं हुतं तसं – कुठवर आलंय हे कळायला चौकशी करायला नको तशी? – हिरवं जातं का, निळं जातं का, काय पिवळं जातं का म्हणून इचारायला पायजे हुतं तिनं?''

टीकाकारांचा आक्षेप तिला काय समजणार? आणि आपण तरी काय पटवून देणार? एक सांगावं तर दहा फाटे फोडणार ती! म्हणून मी म्हणालो, ''जाऊ द्या, सोड भागा... आता पडदा पडलाय त्यावर.''

''अहो, असं का? काय चुकलंय यात? अंगावर कसलं जातंय तर मग? हिरवं-पिवळं जातंय? एवढा यांचा पांढऱ्या-तांबड्यावर राग का?''

''तसं नाही भागा... हे बरोबरच आहे, पण मुला-मुलींना काय वाटेल?''

''का, न्हात्याधुत्या पोरीस्नी हे ठावं नसतंय?''

मी म्हटलं, ''बरं, जाऊ द्या. सोड ते...''

''का सोड? नाक मोडून एवढं घाणेरडं म्हणायला असं काय पाप केलं हुतं मी?''

''तसं काय नाही खरं...''

''मग? पोटच्या गोळ्याला फडक्यात गुंडाळून कुठं हागीनदारीत तर टाकून दिलं नव्हतं नव्हं? ... काय कोंचा नाचारपणा केला?''

''तू का अशी आहेस का?''

''आमी गरीब असलो तरी खऱ्याची भाकरी खातो! दुसऱ्या बायांगत काय कंचं थेर कवा केल्यात? कुणाचा हात धरून पळून गेलोय का आणि काय वाईट केलंय? ते सगळं दुसऱ्या बायांनी केल्यालं ह्यास्नी चालतंय आणि

आमच्यावर दात का?''

एका अर्थी तिचं बरोबरच होतं. अनेक चांगल्या घरंदाज नायिका करू नये अशा गोष्टी करतात. पुरुषांबरोबर दारू पितात, हातात हात धरून नाचतात, एकमेकाला छातीशी धरून कवळतात, घट्ट विळखे घालतात. डोळ्यांनी बोलतात, ओठाला ओठ लावून मुके घेतात, नवरा म्हणत नाहीत, दीर म्हणत नाहीत, कुणाशीही नातं जुळवतात... या बायांचं खपून जातं आणि आपल्यावर अशी टीका का व्हावी, असं तिला वाटणं अगदी साहजिक होतं. 'त्यानं तिला जवळ ओढून करपाशात घेतलं.. दोन्ही बाहूंचा घट्ट विळखा घातला' अशी वर्णनं असलेली कादंबरी कॉलेजमध्ये कधी शिकवली नाही? मग हे का अश्लील वाटू नये... याची का लाज वाटू नये? आणि भागाबाईवरच असा दात का धरावा?... तिला राग येणं साहजिक होतं. दात खात ती म्हणाली, ''गोडबोले कोन म्हनायचं हे? ह्यंचा धंदा काय?''

''भागा, अगं हे रिटायर्ड जज्ज आहेत. पेन्शनर आहेत...''

'' पेनशन घेतलिया आणि मग म्हातारपणी गप घरात बसायचं सोडून माझ्या का मागं लागलाय?''

''समाजसेवा आहे ही!''

''गांधी टोपी घालतोय?''

''गांधी टोपी घालणारेच लोक समाजसेवा करतात?''

''मग समाजशेवाच करायची असली तर ए म्हणावं की आमच्या खेड्यात... मांगवाडा हाय, म्हारवाडा हाय, आमचा चांभारवाडा हाय. हातात एक झाडू घेऊन कर म्हणावं साफसफाई तितं! पुण्यात बसून असला उद्योग कशाला करतोय?''

मी म्हटलं, ''भागा, समाजसेवा अनेक प्रकारे करता येते... साफसफाई केली म्हणजेच का समाजसेवा होते?''

''मग, लूप बसवून घ्या म्हणून सांगत फिरणाऱ्यांपैकी हाय काय?''

आता तिला काय सांगायचं? पण काही तरी सांगणं भाग होतं, म्हणून मी म्हणालो, ''घाणेरड्या मासिकावर खटला झाला म्हणजे कोर्टात साक्षी द्यायला जातात... आपण होऊन समाजासाठी एवढा वेळ कोणी देत नाही.''

''पेन्शनच घेतलिया, तर येळंचं काय त्येच्या?''

''तू प्रत्येक वेळी असं आडवं लावून काय बोलतीस?''

झेंडे मास्तरही म्हणाले, ''दादा सोड म्हणत्यात तर सोड की! बरं, मला हे सांगा, ते 'प्रभात' मध्ये एवढं कोण खरडत होतं?''

'' 'कोवळी किरणं' लिहिणारे? – ते कृष्णद्वैपायन.''

भागा म्हणाली, ''बघा, नाव तरी काय हाय? द्वाड, तोंडानं म्हणताबी एत न्हाई!''

“हे टोपणनाव आहे.”

“आपलं खरं नाव कळू नये म्हणून असं बुरखे घेण्याची पद्धत आहे...”

भागानं विचारलं, “कोण मुसलमान बाई हाय व्हय ही?”

मी हसून म्हटलं, “असं का विचारतेस?”

“मग असं घोशात असल्यागत बुरखा का घेत्यात?”

मी तरी यापेक्षा अधिक काय सांगणार? पण मास्तरांनी मला विचारलं, “तुमचा आणि त्यांचा काय वाकुडपणा हाय काय हो?”

“छे! छे! तसं काहीच नाही.”

“का तुम्ही कधी शिव्याबिव्या घातल्यात त्यांना?”

मी हसून म्हणालो, “काय विचारता हे?”

मास्तर बोलले, “मग मागंही तुमच्यावर का भडकलं होतं एवढं? आणि आता तर भयंकर रान पेटवलं होतं!”

“हो, हिरीरीनं त्यांनी लिहिलं खरं!”

“कसली हिरीरी!” असं म्हणून मास्तर म्हणाले,

“पार वर मंत्र्यांपर्यंत गेलं होतं!”

भागानं विचारलं, “व्हय, कोण मंत्री हो ते?”

“आपले शिक्षणमंत्री – मधुकरराव चौधरी.”

“एवडं शिक्षणमंत्री असून त्यांनी त्यांना कसा पाठिंबा दिला? आणि तुमाला काय टपाल घातलं म्हणं त्यंनी?”

“खोटं आहे भागा ते!”

“बगितलं का?” असं म्हणून ती बोलली,

“त्यंच्या नावालाबी कसा बट्टा लावायला गेलं बगा... आता काय म्हणावं तरी काय ह्यास्नी?”

झेंडे मास्तरांनी मध्येच विचारलं, “आणि होय, सकाळच्या पहिल्या पानावर ‘कायदा हातात घ्यावा’ असं लोकांना सांगणारं पत्र कुणाचं होतं हो ते?”

“ते दामले नावाचे एक गृहस्थ आहेत.”

भागानं विचारलं, “अशी चिथावनी दिलती काय त्या भाद्दरानं?”

“हो, दिलती खरी!”

“बराच हाय की मग ह्यो दामले! ह्याचा पाटलावर एवडा राग का? गांधीवादात ह्याचं घरबीर जाळलं होतं काय तुमी?”

तिच्या प्रश्नानं मला हसूच आलं. मी हसू लागलो आणि मास्तरांनी विचारलं, “हे काय करत्यात म्हणायचं?”

“टिळकरोडला व्यायामशाळा चालवतात आणि मुला-मुलींना पोहायला शिकवतात

असं ऐकतो...''

''म्हणजे पोहायला शिकवणारा मास्तर! ह्या पुण्यात कोण कशाचं मास्तर होईल काय सांगता येत नाही!...'' असं झेंडे मास्तर म्हणाले आणि भागा बोलली, ''मग गप पोरं पवायला शिकवायची सोडून हे उद्योग कशाला लागत्यात?''

''आता का, हे काय सांगायचं? त्याचं असं आहे भागा –'' असं म्हणून मी बोललो, 'कथा म्हण, कादंबरी म्हण, नाटक म्हण; हे असं एकदा लिहून लेखक मोकळा झाला म्हणजे ती कथा, कादंबरी ही सार्वजनिक मालमत्ता बनते. त्यावर कुणालाही बोलायचा, लिहायचा हक्क असतोच!''

''म्हणून काय बरळायचं असतं? – कायदा हातात घ्यावा ह्याचा अर्थ काय हुतो? कोन शाना असं म्हणंल?... ह्यो असा म्हणतोय म्हणून आमी कायदा हातात घेतला तर चालंल! आमच्या चांभारवाड्यात जरा नुस्ती कळ लावायचा अवकाश! तिथनं हितवर येतील!...''

''असं खवळू नये भागा...''

भागाला मध्येच एक आठवण झाली आणि तिनं विचारलं, ''व्हय, ती 'शिरीके शी' ही कोण?''

हसू आवरत मी म्हणालो, ''ते श्री.के.क्षी. आहेत. ते बाई नसून बाबा आहेत.''

झेंडे मास्तरही म्हणाले, ''मी वाचून दाखवताना किती वेळा हिला सांगितलं, तरी हिला तसंच वाटायचं...'' असं म्हणून त्यानी विचारलं,

''त्यांचा मुद्दा काय हो?''

''त्यांना ही भाषा कळत नाही...''

''एवडं आडाणी हैत?''

''असं काय बोलता? कॉलेजमध्ये शिकवत होते ते.''

''काय शिकवायचं?''

''मराठी.''

''थो त्यच्या! का गणित-बिणीत शिकवायला याचं नाही व्हय?''

मी यावर काय बोलणार? गप्पच राहिलो आणि मास्तरांनीच विचारलं, ''हे कॉलेजमध्ये मराठी शिकवायचं आणि मग ह्यांना भाषा कशी कळत नाही? आम्ही सातवीपर्यंत शिकवतो तर आमाला काय त्यात जड वाटत नाही आणि ह्यांना अवघड वाटतंय व्हय? कसला भााषा-विषय यांचा?''

''पण ही ग्रामीण भाषा आहे ना?''

''मग तुकारामाचा अभंग कसा शिकवणार?'' आणि असं म्हणून मास्तरच बोलले, ''बाकी आता ती काय अडचण नाही म्हणा... मराठी चौथीपासनं गायडं निघतात!''

भागा तर बोलली, “त्यांना एवढी आमची भाषा कळत नसंल, तर या म्हणावं आमच्या गावाला... एक म्हैनाभरात तयार करून लावून देतो!”

मी हसून म्हणालो, “बाई, आता ते कुठले येतात?”

“का काय झालं?”

“सगळ्यांचं जे होतंय तेच त्यांचं झालं!”

“म्हंजे हो?”

“परवाच लग्न केलं बघ!”

भागानं विचारलं, “म्हंजे, एवडं तरुण हैत काय ते?”

“आता सहासस्टाव्या वर्षी लग्न केलं!”

“म्हातारपणी?”

“होय!”

“का, ते अजून का ऱ्हायलं हुतं? कोण पोरगी देत नव्हतं?”

“न द्यायला काय झालं? ते ब्रह्मचारी होते, पण फसले झालं... प्रेम बसलं, लग्न केलं!”

भागानं यावर काय विचारावं? ती म्हणाली, “हे बरं दिसतं का? म्हातारपणी असं काय म्हणून करावं? आणि नाक मोडून हे घाणेरडं, ते घाणेरडं असं कसं मग म्हनत्यात? अरेऽ देवा, काय म्हणायची माणसं ही!”

...सबंध दुपार यात गेली. जरा आता बोलण्याला वेगळं वळण द्यावं म्हणून मी म्हटलं,

“आता आलाय तसं पुणं बघून घ्या.”

मास्तर लगेच म्हणाले, “शनवारवाडा एक बघू... पर्वती करता आल्यास करू आणि कुठल्याही परिस्थितीत गावाला जाण्यापूर्वी ‘सकाळ’ ऑफिसला एक भेट देऊ!”

मी विचारलं, “सकाळ ऑफिसला कशासाठी भेट देता?”

भागा तर रागानं म्हणाली, “काय नडलंय तिकडं जायचं? अशांच्या वाऱ्याला उभा ऱ्हाऊ ने.”

मास्तर बोलले, “भेट दिली म्हणजे पहिल्या पानावर फोटो येतो हो छापून!”

मी मनात म्हटलं... हे खरे झेंडे मास्तर बोलले! उगीच त्यांच्या वर्गाचा एकशे एक टक्के निकाल लागत नव्हता!

पुणे बघून मंडळी दुसऱ्या दिवशी गावी निघाली तेव्हा जाता जाता भागानं मला विचारलं,

“व्हय, दादा, तुमच्या वळकीचा कोन फौजदार न्हाई का?”

“का?”

ती म्हणाली, ‘‘कोण असला वळकीचा तर अकारण असा उपद्रव देणाऱ्यास्नी धरून चौकीवर न्हेऊन बसवा आणि लावा की जरा चाप!’’

मी म्हटलं, ‘‘भागा, तेच आपल्यावर खटले भरतील. मोठे लोक आहेत सगळे हे! जरा विचार करून बोल...’’

‘‘अहो, मोठा असला तर त्यो आपल्या घरचा! आपुन काय घोडं मारलंय का मांजर त्यांचं? का त्यांनी असा अकारन ताप द्यावा?’’

मी म्हटलं, ‘‘सत्तेपुढं शहाणपण चालतं का? हातात पेपर असतो म्हणून ते लिहितात... आपण गपच बसतो का नाही? आपण काही उलट लिहिलं तर ते छापत नाहीत. मग काय करायचं?’’

भागा हळहळून म्हणाली, ‘‘तुमी म्हनता तेबी खरंच हाय की! हे अशानंच काँग्रेस रसातळाला चाललाय बघा! बरं येतो... येऊ?’’

मी निरोप दिला आणि दूर जाणाऱ्या पाठमोऱ्या भागाकडं बघत राहिलो. लांब जाईतोवर ती मागं वळून वळून हात हालवत होती. आपल्या लेकीलाही हात वर करून निरोप द्यायला सांगत होती. मनात आलं, खरंच तिच्या या लेकीच्या हातात लेखणी येईल? ती पांग फेडेल?... आपण कुठं एवढं परखड आणि निर्भीड लिहितो? भागा बोलली तसं ठणकावून लिहिता येईल? पुन्हा मी त्या वाटेकडं पाहिलं... भागा दिसत नव्हती... आता पुन्हा केव्हा तिची भेट होईल कुणास ठाऊक!

❒

एक मिनीट येतं, एक कण घेतं

कितीतरी वर्षांत गावी जाण्याचा योगच आला नव्हता. मुद्दाम सवड काढून जाऊन यावं असे लागेबांधेही काही आता राहिलेले नव्हते. गेल्या बारा वर्षांत असा योगही आला नाही आणि मीही गेलो नाही. पण काही कामानिमित्त परवा कोल्हापूरला गेलो. मनात आलं– इकडं आलोच आहे, तर एक दिवस गावी जाऊन यावं. नाही म्हटलं तरी ती आपली जन्मभूमी आहे! कुठल्यातरी एका पाडव्याला हातात पाटी घेऊन तिथल्याच शाळेत जाऊन बसलो आहे. तिथल्याच मातीत खेळलो आहे. लहानाचा मोठा झालो आहे. आता अगदी आपलं असं तिथं कुणी नसलं, तरी आपल्या अनेक आठवणी तिथं आहेत. सख्खे भाऊ नसले, तरी चुलत भाऊ आहेत. अगदी जवळचे नसले, तरी लांबचे चार नातेवाईक आहेत. आज दुरावले असले, तरी एकमेकांविना करमत नसलेले बालपणाचे चार सोबतीही आहेत. या सगळ्यांच्या गाठीभेटी होतील आणि जुन्या आठवणींना उजाळाही देता येईल. अनायासं इकडं येणं झालं होतं. वेळही होता. म्हटलं, चला.

एस.टी.त बसलो आणि मनात आलं – बारा वर्षांनी गावी चाललोय! एक तप उलटून गेलं आहे! गाव किती बदललं असेल? गावातील घरं तशीच असतील, की त्यांचे चेहरेमोहरे बदलले असतील? रस्त्यावरचे ते डांबकंदील अजून उभे असतील, की त्यांची जागा कुणी दुसऱ्यानं घेतली असेल? गावात वीज आली असेल. नवे उद्योग-धंदेही सुरू असतील. कुणी पोल्ट्री काढली असेल, कुणी छोटे कारखाने सुरू केले असतील. कोण कशात मग्न असेल कुणास ठाऊक! गेल्या बारा वर्षांत अनेक गोष्टी घडल्या असतील! एक तप उलटून गेलं आहे. आपल्या ओळखीच्या जुन्या खाणाखुणा तरी राहिल्या असतील का? आपल्या गावाची आपल्याला ओळख तरी पटेल ना?

– अशा अनेक गोष्टी मनात येत होत्या. एक विलक्षण उत्सुकता निर्माण झाली होती. गावच्या ओढीपेक्षा ही उत्सुकताच अधिक होती. अनेक कल्पना मनात येत होत्या... काळानं काय काय बदल घडवून आणले असतील? वागणं-बोलणं, आचार-विचार, चालीरिती यांत बदल झाला असेल? लोकांच्या लेण्या-नेसण्यात फरक पडला असेल? डोक्यावरची टाळू, शेंडी जाऊन झुलपं आली असतील? धोतरांची जागा पँटीनं घेतली असेल? बाटा, स्वस्तिक यांनी तिथल्या चांभारांना नाडवलं असेल? काय काय नवे बदल झाले असतील? हे नवं बदललेलं रूप कसं असेल?... एवढ्यात गावच आलं!

एस.टी.थांबली. कसल्यातरी तंद्रीतून बाहेर पडावं तसा मी खाली उतरलो. खेळण्यांच्या दुकानात गेल्यावर मुलानं पाहत राहावं तसा मी बघतच राहिलो! बारा वर्षांनी मी इथं आलो होतो. वेशीत उभा राहून मी माझ्या गावाकडं बघत होतो. किती किती कल्पना केल्या होत्या मी मनामध्ये! इतक्या वर्षांनी मी आज पाहिलं आणि थक्कच झालो.

...अनोळखी असं काहीच दिसत नव्हतं. नवं असं काही जाणवतच नव्हतं. एवढ्या मोठ्या काळाच्या ओघात काहीच वाहून गेलं नव्हतं. माझं गाव जसं होतं तसं होतं. अगदी जसंच्या तसं आपलं जुनं रूप जतन करत बसलं होतं. जणू हा दीर्घ काळ गावाच्या वेशीपर्यंत येऊन तिथंच थांबला होता. विसाव्याच्या दगडाला टेकून बघत बसला होता. मी अवाक होऊन बघत राहिलो.

काय बदल झाला होता गावात? कोंबड्यांना दाणे टाकावेत तशी विसकटलेली ती घरं, तशीच होती. खताच्या ढिगावर मध्येच एखादा डवंगा दिसावा, तशी दिसणारी चार घरं– तीही तशीच दिसत होती. मी पाऊल उचललं आणि हळूहळू चालू लागलो. मध्येच ठेचाळलो. चप्पलचं टोक दुमडलं. बोटं शाबूत राहिली. जुनी लहानपणची आठवण झाली. किती ठेचा बोटांनी खाल्ल्या होत्या! आंधळ्या झालेल्या बोटाला घोंगड्याची दशी बांधून त्याला डोळस करण्याचा केलेला प्रयत्न आठवला. बोटात अंगठी घालतो तशी ती घोंगड्याची दशी अडकवायची; पण पुन्हा ठेच लागायची! कितीतरी वर्षांनी आज ही आठवण (सुखदच!) झाली. रस्त्यावरच्या त्याच दगडांनी ती करून दिली. म्हणजे रस्त्यांतही काही बदल झाला नव्हता तर! रस्ते कसले? पायवाटा बऱ्या म्हणायच्या. तेच दगड, तीच धूळ. मी आजूबाजूला पाहत चाललो. काही बदललंय असं दिसतच नव्हतं. इथं तिथं दिसणारी ती पडझड तशीच दिसत होती. काही ओस पडलेले वाडे तसेच होते. मियाँ मूठभर आणि दाढी हातभर याची आठवण करून देणारी काही घरं– म्हणजे घरं एवढीशी आणि त्यांचे कुसवच मोठे! त्यालाही भगदाडं पडलेली. या सगळ्या खाणाखुणा किती जुन्या, किती ओळखीच्या! मध्येच माझ्या कानावर मुलांचा गलबला ऐकू आला– हाही

ओळखीचा. शाळकरी मुलांचा. आवाजाच्या दिशेनं वळून पाहिलं आणि पुन्हा थक्क झालो!

पूर्वी ज्या देवळात प्राथमिक शाळेचे पहिले चार वर्ग भरत, त्याच देवळाच्या पटांगणात मुलांचा घोळका दिसला. मनात आलं – म्हणजे अजूनही आपल्या खेड्यातल्या शाळांना खरा आधार आपल्या देवळांचाच! उगाच नाही आपण म्हणत, 'मुलं ही देवाघरची फुलं'!

मी आल्याचं कळल्यावर संध्याकाळी सगळे ओळखीपाळखीचे लोक जमले. ही ही जुनीच रीत. निमंत्रणाची वाट पाहत कुणी घरी थांबलं नाही. थेंबे थेंबे तळं साचावं तसा वाडा भरला. 'काय कसं का, बरं हाय?' 'कुणीकडं असतां?' 'मुलंबाळं, वगैरे बोलनू झालं. त्या बापड्यांचे विषय संपले. मग मीच विषय सुरू केला. म्हटलं, ''गावात नवं-जुनं काय?''

माझ्या विचारण्याचा रोख न कळता एकजण हसून म्हणाला, ''ते चालूच हाय की!

''काय?''

''ती सुताराची रत्नी आटवती का?''

मी आठवू लागलो. एवढ्यात कुणीतरी एक पांढरी टोपी खाडकन जागी होऊन त्याला म्हणाली, ''एऽऽऽ लेकाऽऽ पांड्याऽऽऽ! काय सांगावं, काय न्हाई हे काय कळतंय काय?''

''काय झालं?'' असं न कळता त्यानं विचारलं आणि पांढरी टोपी डफारली, ''लेका, असल्या नको भानगडी सांगू! नव्या काय सुधारणा झाल्यात त्या सांगा.''

आपली चूक सुधारत पांडा बोलला, ''मला वाटलं, 'नवं-जुनं' म्हणजे आपलं हेच काय तरी इचारत्यात!''

त्याला परस्पर कुणीतरी चपराक मारली – ''शाना हैस! बस गप! काय कुलूप देऊ तोंडाला घालायला?'' त्याबरोबर दार लोटून आडणा घालावा तसा तो ओठ मिटून गप बसला. पांढरी टोपी म्हणाली, ''गावात ईज आली बघा आता!''

मी म्हटलं, ''वीज आली हे खरं; पण त्या विजेचा उपयोग काय करता?''

''अहो, खंदील गेलं आणि बल्ब आलं–''

''त्यामुळं विशेष काय फरक पडला?''

''अहो रॉकेलची भगभग गेली! नुसतं बटन वर केलं म्हंजे फक्कन उजेड पडतोय!''

एकूण उजेड हा असा पडला होता हे माझ्या ध्यानी आलं. मनोमनी जे ओळखायचं ते मी ओळखलं आणि सहज दुसरा प्रश्न केला. ''जगात आज एवढ्या सुधारणा होत आहेत आणि गावचे रस्तेसुद्धा तुम्ही सुधारले नाहीत?''

कुणीतरी हसून म्हणालं, "अहो, कशाचं रस्तं सुधारनार?"

"का? ग्रामपंचायत नाही?"

"हाय की!"

"मग?"

"हाय; पर ती खायाला!"

"काय?"

"पैसा हो!" यावर मी मुका होऊन बघत राहिलो आणि बोलका होऊन तोच म्हणाला, "अहो, बजेट खिशात घालायचं आणि रिपोट खोटा करायचा. पैसा ह्यांच्या खिशात जातोय आणि रस्तं कागदावर तयार हुत्यात हो! कशी हाय सुदारणा?"

मी काय बोलणार! जगात सगळीकडं जे चाललं आहे; त्याला माझं गावही अपवाद नव्हतं. वीज आली होती, पण ती जशी खेळायला हवी तशी खेळली नव्हती. चार श्रीमंतांच्या विहिरींवर मोटा जाऊन पंप बसले होते; पण गरिबांच्या फाटक्या मोटा पाणी उपसतच होत्या. गाात एक-दोन सिमेंट कॉंक्रीटच्या इमारती झाल्या होत्या; पण बाकी घरं तशीच होती. छपरांना भिंतींचा आणि भिंतींना छपरांचा ळ्याजुना आधार तसाच चालू होता. जुनी वहिवाट मोडली नव्हती. या सगळ्यांचं मला मोठं कुतूहल वाटलं. माझ्यातला लेखक-कलावंत जागा झाला. एकाला दोन दिवस मुक्काम करून मी गाव न्याहाळलं. गल्लीबोळातून हिंडलो-फिरलो. पारावर बसून गप्पा केल्या. अगत्यानं शाळेत गेलो. या दोन दिवसांत मला एक जाणवलं. वरवर काही सुधारणा झाल्या असल्या तरी खऱ्या अर्थानं गाव बदललं नव्हतं. ते होतं तसंच होतं. अनेक जुन्या समस्या अजून तशाच होत्या. त्यातल्या कदाचित आज ना उद्या सोडवल्याही जातील; पण त्यांची एक समस्या मला विलक्षण जाणवली... आणि ती म्हणजे वेळ कसा घालवायचा?

होय, वेळ हा त्यांचा सर्वांत मोठा शत्रू आहे! हीच एक त्यांना चिंता आहे. हा वेळ कसा घालवायचा हाच त्यांना प्रश्न आहे. हा वेळ रामप्रहरापासून सुरू होतो. मग सकाळ होते, मग दुपार, मग तिसरा प्रहर, मग संध्याकाळ आणि मग रात्र! अहो, हा वेळ जातच नाही. अगदी जाता जात नाही. रात्र एक झोपेत जाते, पण दिवस रेटता रेटत नाही. त्यांची ही चिंता मला जाणवली आणि त्या दृष्टीनं जेव्हा मी त्यांच्याकडं पाहिलं, तेव्हा मला त्यांचा दिवसाचा सगळा उद्योग मोठा गमतीचा वाटला.

भल्या रामप्रहारीच लोक उठतात आणि मग दिवसभर बसून राहतात. हा प्रहर तेवढा मोठा सुखावह वाटतो. अजूनही काही घरांतून जाती फिरतात. गोड ओव्या कानावर येतात. अंगणातल्या, परसातल्या झाडांवर पाखरांचा वावर सुरू होतो. बस्तीतल्या, देवळांतल्या घंटा वाजू लागतात. शेण-घाण, वैरणकाडी यात सकाळ उजाडते.

ही सकाळ एक कशीबशी जाते. वेळ घालवायच्या लोकांच्या युक्त्याही ठरलेल्या आहेत. तांब्या घेऊन लांब माळावर नाहीतर रानात जायचं. तिकडंच कुठंतरी मोटेवर हात-पाय धुऊन यायचं. तळहातावर मिश्री घेऊन अंगणात किंवा रस्त्यावर उभं राहायचं; म्हणजे सहज दोन घटका जातात. मग तोंड धुवायचं झालं तरी खाकरा काढत बसायचं. तोंडात पाणी घेऊन वर आभाळाकडं बघत आऽऽ करत राहायचं. मग न्याहारी उरकून अंघोळीला निघायचं. धोतराचा पिळा काखेत मारून सवंगडी गोळा करायचं आणि विहिरीवर जाऊन उड्या टाकत बसायचं. निम्मी अंघोळ झाल्यावर जईवर बसून दगडानं एकमेकांची पाठ घासायची, पुन्हा डुंबायचं आणि मग ओला लंगोट डोक्यावर टाकून, सावकाश खंथ करावं, तसं रेंगाळत घरी यायचं; की जेवणवेळ होतेच. तरीही वेळ शिल्लक असला तर मग जरा गावात चक्कर मारून यायची. जरा इकडं तिकडं केलं की सकाळ संपते.

ही सकाळ संपते आणि दुपार येते. हिरवळ संपून वाळवंट लागावं, तसं वाटतं. ही दुपार येते आणि धरणं धरावं तशी फतकल मारूनच बसते. धड या वेळचं बाहेरही पडवत नाही आणि सोप्याला बसून वेळही जात नाही. झोप तरी किती काढायची? या उन्हाळ्याच्या दिवसांत घामानं अंग चिकचिकतं. झोपही लागत नाही. मग उठून बसायचं आणि भिंतीला पाठ लावून उगंऽऽच बाहेर बघत राहायचं. क्वचित कोणी रस्त्यानं जाणारा येणारा दिसला तर त्याला अगत्यानं विचारायचं, ''काय गडबड? या की!''

लोकांच्या अशा प्रश्नातसुद्धा ही न जाणारी, न सरणारी वेळ जाणवते. 'काय गडबड?' या प्रश्नातील कुतूहल त्या संथ, फतकल मारून बसलेल्या घुम्या दुपारच्या संदर्भातच कळू शकेल. 'केव्हा आला?' हा ही एक असाच साधा प्रश्न; पण कुणी दिसल्या दिसल्या आणि पाहिल्या पाहिल्या हा प्रश्न अगदी न चुकता विचारला जातो. यालाही या जीवघेण्या वेळेनं वेढलंय असं वाटतं! 'काय चाल्लंय?' हाही एक असा हमखास विचारला जाणारा प्रश्न. काही चाल्लेलं नसतं हे माहीत असतं; पण एक रीत म्हणून तो विचारला जातो. रीतरिवाज ठीक आहे; पण त्याच्याही बुडाशी काय आहे? आपला एक वेळ जात नाही, निदान दुसरा काय करतो हे जाणून घेण्याचीच ही रीत नसेल? खरोखर ही दुपार सरता सरत नाही. ती येते आणि माणसाला कोडं घालून बसते. माणूस आपला बिचारा सचिंत होऊन बसून राहतो. आपल्या परीनं काही उपायही शोधतो..

अगदीच वेळ जाईना झाला म्हणजे मग उठायचं आणि जीव रमवायला कुठंतरी जाऊन बसायचं. शिंप्याचं-वाण्याचं दुकान, शाळेच्या सावलीतल्या पायऱ्या, तालमीचा कट्टा, पायरी आणि गावाची वेस... किमान दहा-पंधरा माणसं वेशीत नेहमी बसून असतात. दाढेला तंबाखू धरायची आणि बोटानं बटवा फिरवत बसायचं. एस.टी.

येते-जाते, लोक उतरतात-चढतात, हे बघत राहायचं. 'त्या कोण गा?' 'हे बाळाईचं पोर काय?', 'कुणीकडं काय आलं म्हणायचं हे?' – हे आणि असले प्रश्न विचारत वेळ घालवायचा.

माझ्या लहानपणी हेच चालू होतं आणि अजूनही हेच चालू आहे. गावातनं फेरफटका मारला, तेव्हा हे सगळं पुन्हा पाहायला मिळालं. एक पेरणी आणि सुगी सोडली, तर बाकी वर्ष हे असंच जातं. वेळ घालवत – वेळ कंठत बसलेल्या या लोकांना पाहून त्या न संपणाऱ्या गोष्टीची मला आठवण झाली – 'एक चिमणी येते, एक दाणा घेते आणि उडून जाते. दुसरी चिमणी येते...' ही ती गोष्ट. मला वाटतं, यांचा दिवसही असाच जातो. एक मिनिट येतं, एक कण घेतं आणि निघून जातं. दुसरं मिनिट येतं, एक कण घेतं आणि निघून जातं. तिसरं मिनीट येतं... हे वेळेचे कण संपायचे केव्हा? अथांग पसरलेल्या, अनादी अनंत अशा या काळाच्या समुद्रातलं पाणी अशा चमच्या चमच्यांनी किती कमी होणार? कणाकणांनी हा वाळवंट कसा संपणार? क्षण वेचून कुठं दिवस संपतो? असा एकेक क्षण मोजून त्यांचे किती ढीग घालणार? शब्दकोशात 'मिनिट' या शब्दाचा अर्थ 'एका तासाचा साठावा भाग' असा दिला आहे. बाप रे! मग दिवसाचे भाग किती झाले? आणि ते घालवायचे कसे? मला वाटतं, खरी समस्या ही आहे. पूर्वी होती, आज आहे आणि उद्याही ती तशीच राहणार. सरकारनं तगाई देऊन ती नाहीशी होणार नाही. ती अन्य उपायांनी सोडवायला हवी. हे उपाय कुणी सुचवील? आज तरी वेळ हा त्यांचा काळ झाला आहे – शत्रू झाला आहे. हा शत्रू त्यांचा मित्र कधी होईल? तो ज्या दिवशी मित्र होईल तो सुदिन म्हणायचा!

❏

थापा मारणं – एक कला!

भल्यांचा भलेपणा नेहमीच सगळ्यांना आवडतो. गुणी माणसाचे गुण कुणाला आवडत नाहीत? थोर कलावंत, त्यागी देशभक्त, श्रेष्ठ विचारवंत या तर वंदनीय व्यक्ती! सगळेच त्यांच्यावर प्रेम करतात. अशांबद्दल मला काही म्हणायचं नाही. कारण त्यांचे दुर्गुणसुद्धा लोकांना आवडत असतात. थोर कलावंतांचा लहरीपणा लोकांना आवडतो. इतका, की त्याच्या कलेपेक्षा या दंतकथाच अधिक लोकप्रिय असतात. बर्नार्ड शॉ हे नाव उच्चारले, की त्यांच्या केवळ दंतकथाच नाही आठवत! त्यांच्याशी लग्न करू इच्छिणाऱ्या एका रूपसुंदरीला तो काय म्हणाला, हेच सगळ्यांना अधिक माहीत असतं. पण हे झालं मोठ्या व्यक्तीच्या गुणांबद्दल. इथं सगळा न्यायच निराळा असतो. त्याशिवाय का थोर पुढाऱ्यांचा विक्षिप्तपणा लोकांना आवडेल? विनोदी वक्ता म्हणून एकदा नाव कमावलं की पाचकळ बोलणंसुद्धा नाही का लोकांना पसंत पडत? नाव मिळवलेल्या नटीचंसुद्धा असंच असतं. कुणाला नर्गीसचं लांबुडकं नाक व पुढील दोन दातांतील फट हीसुद्धा मोहक वाटते. शांता आपटेच्या सुजाण अभिनयापेक्षा तिचं अपरं नाक आवडणारे लोक मला माहीत आहेत. ही आवड-निवड हेरून चतुर संपादकांनी 'असामान्यांच्या सामान्य गोष्टी' नाही का चौकट टाकून प्रसिद्ध केल्या? यात काहींचे काही दुर्गुणही येऊन गेले! पण सामान्यांचे दुर्गुण कुणाला आवडतील का? सामान्याने केलेली चोरी ती चोरीच. असामान्य माणसाची ही 'खोड' मात्र 'मॅनिया' या गोंडस नावाने ओळखली जाईल व कदाचित कौतुकाचाही विषय होईल, पण खरं सांगू? मला स्वत:ला सामान्य माणसांचे काही दुर्गुण आवडतात. अफवा पसरवणं, थापा मारणं हा दुर्गुणच म्हणायला हवा; पण एखाद्या चतुर थापाड्याची व तुमची मैत्री कधी जडली आहे का? असा मित्र तुम्हालाही आवडेल? मी तर म्हणेन, असा एखादा मित्र आपला

असावा. आपलं नित्याचं अळणी जेवण त्याच्यामुळे जरा चविष्ट बनतं असा माझा अनुभव आहे. असा एक माणूस आमच्या खेड्यात आहे. त्या वल्लीबद्दल काय सांगावं? ऐकण्यासारखं आहे, सांगतो –

आमच्या गावच्या गणूचा उल्लेख नुसता गणू असं कोणी करत नाही. खरं तर सोनाराचा गणू असं म्हणायला हरकत नाही; पण त्याच्या गुणांची ख्याती एवढी, की लोक त्याला 'गणू थापाड्या' असंच म्हणतात. 'गणू वाकळ्या' असंही काही लोक बोलतात. त्याच्या माघारीच नव्हे, तर तोंडावरही! नावापुढं पदवी लावावी तशी ही विशेषणं त्याच्या नावापुढं लावली जातात. त्यालाही त्याचं कधी दुःख नाही.

सोनाराच्या पोटी जन्म घेतलेल्या या गणूचा उद्योग काय? दिवसातून दोन-तीनदा जेवणं आणि थापा मारत गावभर हिंडणं. खाऊन-पिऊन जरा सुखी असल्यामुळं मिळकत केलीच पाहिजे अशी सक्ती नाही. चहापाणी, बिडीकाडी बाहेरच्या बाहेर भागते. मग हवा कशाला उद्योग? हा गडी सकाळी उठला की आधी दुसऱ्याची घरं पुजायला सुरुवात करतो. लोकांनाही तो आल्यागेल्याचं आवडतं. चार दिवस तो कुठं गावी गेला तर गावाला करमत नाही.

हा बाकळा माणूस थापा मारतो हे लोकांना माहीत असतं, पण त्याच्या थापा ऐकण्यातही गम्मत वाटते. हा नुसता थापाड्या नाही, चांगला वार्ताहरही आहे. नेहरू वारल्यानंतर इंदिरा गांधी पंतप्रधान होणार ही वावडी त्यानं गावात प्रथम सोडली. मग आता सांगा, ती काय वावडी होती? इंदिराबाई पंतप्रधान झाल्याच. शिवाय बातम्या झकास खुलवून सांगण्याची कलाही त्याला अवगत आहे. चव्हाण काय म्हणाले, मोरारजी काय बोलले हे सगळं त्याच्या तोंडून ऐकण्यासारखं असतं. एकदा नव्हे तर पुन्हा पुन्हा ऐकावसं वाटतं, ही तर त्याची खास हातोटी! एखादा किस्सा खुलवून सांगायचा असला तर त्याचा आरंभच तो असा करतो की व्वा! 'Well begun is half done' असं आपण कथेच्या बाबतीत म्हणतो ना? अगदी तशी त्याची सुरुवात असते. गोष्टीला आरंभ करताना तो आपल्या आसनापासून सुरुवात करतो. दोन पायांवर बसलेला असेल तर मांडी घालतो.आणि चांगली आलकट-पालकट मांडी घालून बसला असला तर दोन पायांवर बूड उचलून बसतो. मग कधी नुसता दोन-तीनदा कपाळावर हात मारून अवती-भोवती बघत राहतो. कधी कधी एखादी उद्गारवाचक शिवी हसडतो. म्हणजे 'आयला' म्हणा किंवा 'इच्या भन' अशी सुरुवातीलाच एक शिवी येते आणि किस्सा सुरू होतो. 'काय सांगावी गंमत?', 'काय मजा सांगावी!' किंवा 'काय सांगावा टुंगा!' अशा इतरही काही त्याच्या खास लकबी आहेत. त्याची अशी म्हणता येईल, अशी गोष्ट सांगण्याची एक शैली आहे. टुंगे सांगावेत ते या गणूनंच! त्यात थोडी अतिशयोक्ती असते, पण अतिशयोक्ती नसते कशात? रोज पेपरमध्ये आपण ज्या बातम्या वाचतो त्या काय अगदी वास्तव

असतात? थोडीतरी तिखट मिठाची फोडणी द्यावीच लागते. चांगली बातमी ही नेहमीच फोडणी दिलेल्या भाजीसारखी असते. काही सोपस्कार लागतातच.

त्याच्या कथनाचा आणखी एक विषय म्हणजे त्यात मजेशीर कल्पनाविलास असतो. हा तर चांगल्या साहित्यिकाचा गुण. शिवाय अधूनमधून विनोद. जरा शिवराळ शब्द. पण यांचं वावडं असायचं काय कारण? आजकालच्या ग्रामीण कथेत नाही का हे सगळं येत? 'आयला', 'ह्यच्या भनं', 'साडे साटलीचा', 'छप्पन टिकल्याचा' ह्या आणि अशा कितीतरी शिव्या आता 'साहित्य' या पदवीला पोचल्या आहेत. असो. असा हा गणू गोष्टी रंगवून सांगतो आणि तासन्‌तास लोकांना आपल्या भोवती बसवून ठेवतो. कधी अव्वाच्या सव्वा काहीतरी सांगू लागतो आणि लोक म्हणतात, 'ते काय सांगतय बाकळं'. पण असं म्हणतात आणि ऐकत राहतात! लोकांना त्याची विशेष काही किंमत वाटत नाही; पण मला हा माणूस एक थोर कलावंत वाटतो. तासन्‌तास लोकांना असं रंजवत ठेवणं ही काय सोपी गोष्ट आहे? त्याला नाव असतं तर त्याचे एकपात्री प्रयोग बिर्ला मातोश्रीत झाले असते! नाव नाही ती कला नाही, त्याला कोण काय करणार?

पाच-सहा वर्षांपूर्वी पानशेतचं धरण फुटलं आणि पाणलोटाच्या बातम्या आमच्याही गावात गेल्या. आता रेडिओमुळं बातम्या खेड्यापाड्यात जायला वेळ लागत नाही. पण रेडिओच्या बातम्या ऐकून लोकांचं समाधान होईना. संध्याकाळ झाली. चावडीपुढं लोक जमले. सगळे जणू बाकळ्याची वाट बघत होते. गणू आला तेव्हा त्याला बघताच अनेक आवाज एकदम आले –

''काय गणू, काय वार्ता?''

''अरारारारा काय सांगायचं!'' अशी त्यानं फाकडी सुरुवात केली. लोक बघत आणि ऐकत राहिले. गणू सांगू लागला, ''पाक सारं पुणं पाण्यात गेलं. पर्वतीचं नुसतं एक शिकार तेवढं टिचभर दिसतंय म्हणं. मिलटरीनं नावा सोडल्यात. देवमासं पवाय लागल्यात बघा!''

असं पुण्याचं वर्णन त्यानं केलं! मी त्यातल्या फक्त या चारदोन ओळी दिल्या. मध्यान रात्रीपर्यंत त्यानं काय काय सांगितलं असेल याची तुम्हीच कल्पना करा. बरं, असं काही न सांगावं तर लोकांचा हिरमोड होईल. मग गणू थापाड्या कसला! लोकांचं रंजन कसं होणार? गोष्टीवेल्हाळपणा हा त्याचा खरा गुण, पण रोज नव्या गोष्टी आणणार कुठल्या? लोकांना काहीतरी सारखं नित्य नवीन द्यावं लागतं. त्यातूनच त्याच्या थापा निर्माण होतात. त्याच्या थापांचा जन्म हा असा! याही बाबतीत तो प्रथितयश साहित्यिकाच्या जवळचा आहे! मध्ये एका उन्हाळ्यात मुंबईला पाण्याचे फार हाल झाले आणि मुंबई बाहेर पडणार ही वार्ता पेपरमध्ये आली. कर्मधर्मसंयोगाने गणू त्याच वेळी मुंबईला गेला होता. पाटलाला इंजीन घ्यायचं होतं.

त्यानं कंपनी म्हणून नेलं त्याला बरोबर. गणू आला आणि गावचे लोक म्हणाले,

"काय गणू, मुंबईत पाणी न्हाई म्हणं?"

"आता काय सांगायचं राव," अशी सुरुवात करून गणू सांगू लागला,

"एवढं समुद्रकाठचं गाव, पर पाणी न्हाई बघा. सासुरवाशीणीनं डाळ्यात पाणी काढायचं म्हटलं तरी पाण्याचा ठिपूस न्हाई बघा एक! पार मुंबईची टिटवी झालीया, हा टिटवी! लोक सगळं आभाळाकडं तोंड करून बसत्यात. एवढा समुद्र तर त्यो आटलाय. काय करायचं?"

एकानं शंका विचारली, "आणि तुम्ही कशी काय आठरोज तान मारली?"

"तर मग आता करायचं काय? तान लागली की आपलं सोडा-लेमन प्याचं. सोडालेमनवरच दणका मारला. आठरोज अंघोळ का फिंगूळ राव?"

आणि कडी म्हणजे शेवटी त्यानं असं सांगितलं, "मुंबई सोडली आणि पहिलं स्टेशन आलं, नळाला पाणी बघितलं... जीव गाडीत कुठला ऱ्हातोय? मारली उडी आणि जे नळाला तोंड लावून बसलो... तासभर नळ सोडतोय कशाला?"

एकानं विचारलं, "पाणी तर किती प्यालास?"

"ऊसाचा एक चिरा भिजाल येवढ गेलं असंल की पोटात! आठ रोजाचं घेतलं पिऊन!"

दुसऱ्यानं शंका काढली, "आणि व्हय रे बाकळ्या, तवर गाडी ऱ्हायली कशी?

"साखळी वडली हुतीगा. साखळी वडून गेलं म्हणजे जेऊन झोप घेऊन येता येतंय! कुठं जाती गाडी?"

मुंबईतल्या पाण्याच्या टंचाईचं बाकळ्या गणूनं केलेलं हे वर्णन अतिरंजित असेल; पण झकास नाही असं कोण म्हणेल? थापा मारणं हा दुर्गुण असेल, पण गणूच्या थापा ऐकण्यात मला आनंदच वाटतो. कारण त्या मतलबी नसतात. आणि तसं बघायला गेलो तर विनोदी कथा याही थापाच नसतात काय? राजकीय पुढारी, मतलबी समाजसेवक आणि नादावलेला नवरा ज्या तऱ्हेनं या थापा मारतात, त्यापेक्षा गणूच्या थापा अधिक निर्मळ आणि आनंद देणाऱ्या. त्याच्या थापांना शुद्ध रूप देता आलं तर साहित्याची निर्मितीही होऊ शकेल. म्हणून मी एकदा त्याला म्हटलं; "गणू, तू सांगतोस त्या गोष्टी जशाच्या तशाच लिहून काढ."

अशा एक दोन गोष्टी त्यानं लिहूनही दाखवल्या, पण त्या इंडियन विल्यम किंवा इलिझाबेथ सारख्या दिसू लागल्या. कुणब्यानं ब्राह्मणी म्हणून नको तो शब्द नाकातून बोलावा तसं त्यांना रूप आलं. त्याच्या कथनातली गम्मत लेखनात आली नाही. त्यालाही ते कळलं आणि तोच म्हणाला,

"असं करा. मी सांगतो आणि काय ती कथाबिथा तुमीच लिवत चला. ते काय म्हणत्यात त्यातली तऱ्हा हो! कानी कानी कथ्थानी आणि सासू पडली उत्तानी! ते

कुठलं जमंल आमाला?''

खरं सांगू, तो काही गोष्टी सांगतो, मी ऐकतो, काही गोष्टी लिहितोही; पण मला त्या तशा जमत नाहीत. आमच्या गणू बाकळ्यानंच त्या सांगाव्यात आणि आपण ऐकाव्यात! थापा मारणं हा दुर्गुण असेल, पण तो एक कलागुणही आहे!

❐

एक नको तो व्यवसाय!

गेली काही वर्षं मी एक नको तो व्यवसाय करत आहे आणि तो म्हणजे लेखनाचा! 'नको तो व्यवसाय' असं म्हणायचं कारण एवढंच की तो आपल्या समाजाला मंजूर नाही. या गेल्या काही वर्षांत मला जे विविध अनुभव आले, त्यावरून असं दिसतं, की लेखन हाही एक व्यवसाय असू शकतो, हे सहजासहजी कुणाला पटतच नाही. ग्रंथ-प्रकाशन करणारा आणि त्यातल्या त्यात क्रमिक पुस्तके छापून ती मंजूर करवून घेणारा प्रकाशक हा व्यवसाय करतो व समाजात त्याला मान्यताही मिळते. काळा बाजार करून व्यापार करणारे लोक तर प्रतिष्ठितपणे तो व्यवसाय करतात, बंगले बांधतात, गाड्या उडवतात, लायन अथवा रोटरी क्लबचे मेंबर होतात आणि आपल्या समाजात मोठी मान्यता मिळवतात! हे काळाबाजारवाले जसे व्यापारी पेशात मोडतात तसेच खर्डेघाशी करणारे हजारो-लाखो कारकून ('क्लर्क' हा अधिक वजनदार आणि प्रतिष्ठित शब्द वाटतो नाही!) किंवा कचेरीत दारांशी स्टुलांवर अथवा बाकड्यांवर बसणारे पट्टेवाले हे नोकरीपेशात मोडतात. या सगळ्यांना काही ना काही पेशा असतो...व्यवसाय असतो.. इतकंच काय; पण आपल्या चेहऱ्याची रंगरंगोटी करून संध्याकाळच्या वेळी खिडकीत बसणारी बाई जो धंदा करते त्यालाही 'व्यवसाय' असं म्हणतात आणि आपल्या समाजाला तो पटतो!

'असाही व्यवसाय केला जातो काय? – अशी शंका कोणी घेत नाही; पण मी लेखन व्यवसाय करतो असं कुणाला सांगण्याची मात्र सोय नाही! असा व्यवसाय असू शकतो? केवळ लेखनावर जगता येतं? कथा कादंबऱ्या लिहून प्राप्ती किती होते? वर्षाकाठी किती सुटतात? – हे आणि असे इतरही नाना तऱ्हेचे प्रश्न विचारले जातात. या सगळ्यांची समर्पक उत्तरं दिली तरी शंका कायम राहातात! लोकांना हा व्यवसाय पटतच नाही, असं वाटतं... एक वेळ मी चोऱ्या करतो असं लोकांना

सांगितलं तर ते पटेल! हा एक काहींचा व्यवसाय असतो आणि ते म्हणतील, ''काही हरकत नाही!'' चोऱ्या करून चालतं का, भागतं का, जगता येतं का असं कोणी विचारणार नाही. मी स्मगलिंगचा धंदा करतो असं सांगितलं तर या शंका कोणीच घेणार नाही; आणि आंतरराष्ट्रीय टोळीशी माझा संपर्क आहे असं म्हटल्यावर तर नाहीच नाही! समाजाला हे सगळे व्यवसाय माहीत आहेत. लेखन हा व्यवसाय मात्र माहीत नाही. त्यामुळं काही वेळा मोठी कुचंबणा होते. जगाच्या अज्ञानाला तरी आपण किती हसणार? पुष्कळदा आपल्याला लाजीरवाणं वाटतं. ही कुचंबणा मोठी विचित्र आहे. नाना तऱ्हेचे अनुभव येतात. अनेक गमती घडतात. नको ते प्रश्न विचारले जातात.

दोन वर्षांपूर्वी काही कामासाठी मी कोल्हापूरला निघालो होतो. सातारा स्टँडवर माझा एक कोल्हापूरचा जुना मित्र भेटला. फार वर्षांनी भेटलो होतो आम्ही, तेव्हा सहज त्यानं विचारलं,

''कुठं असतोस हल्ली?''

मी म्हटलं, ''पुण्याला.''

यावर ओघानंच प्रश्न आला, ''काय करतोस पुण्याला?''

काही करत नाही म्हणून सांगितलं असतं तरी चाललं असतं. कोल्हापूरच्या माणसाला हे सहज पटलं असतं, कारण संस्थानी कारकीर्दीत कोल्हापुरात पुष्कळ लोक काही करत नसत! 'बसून असतो' असं कुणी सांगितलं तर त्याचं कुणाला नवल वाटत नसे. उलट ते सुखी प्राणी समजले जात! मीही असं काही सांगितलं असतं तर मला तो एक सुखी प्राणी समजला असता. पण मी तसा सुखी प्राणी कुठं आहे! 'काय करतोस?' या त्याच्या प्रश्नाला मी म्हणालो,

''लेखन करतो.''

लेखन म्हणजे कथालेखन वगैरे, हे काही त्याला कळलं नाही. त्यानं निराळाच अर्थ घेऊन विचारलं, ''कुणाच्या दुकानात?''

मी त्याच्या तोंडाकडं आश्चर्यानं बघत राहिलो. तसं त्यानं पुन्हा विचारलं, ''कुणाच्या दुकानात?''

मी म्हटलं, ''दुकानात नाही... घरीच,''

त्यानं आणखी विचारलं, ''घरी बसून काम मिळतं?''

मग माझ्या ध्यानात आलं – लेखन या शब्दाचा त्या मित्रानं वेगळाच अर्थ घेतलाय. विशेषत: शाहूपुरी पेठ गावात असल्यामुळे कोल्हापूरचा माणूस लेखनाचा अर्थ असाच घेणार! अडत दुकानात जे दिवाणजी म्हणून लोक असतात ते लेखन करतात! हिशेब-ठिशेब आणि जमाखर्च लिहिणं म्हणजे लेखन करणं. या अर्थानं लेखन हा शब्द त्यानं घेतला. हे माझ्या ध्यानी आलं आणि त्याला कळावं म्हणून

मी म्हणालो,

"लेखन म्हणजे मी गोष्टी लिहितो!"

"आणि नोकरीबिकरी?"

"नोकरी-चाकरी काही करत नाही."

यावर त्यानं विचारलं, "मग पोटापाण्याचा धंदा काय?"

"कथालेखन हाच!"

यावर त्यानं काय बोलावं? कोल्हापूरचा माझा हा बालमित्र माझ्याकडं आनंदानं बघून म्हणाला,

"म्हणजे बसून खातोस म्हण की! मग राजा आहेस तर!"

"बसून खात नाही... लेखनावर मिळवतो."

"गोष्टी लिहून पैसे मिळतात?"

"मिळतात ना!"

त्याला याचं फार नवल वाटलं आणि मोठ्या कुतूहलानं त्यानं विचारलं, "मग वर्षाला प्राप्ती किती होते म्हणायची?"

"होते पोटापुरती." असं काहीसं सांगून मी विषय बदलला. हल्ली गाड्यांना गर्दी किती असते वगैरे बोलू लागलो; पण त्यानं आपला ठेका सोडला नाही. गर्दीचा विषय लगेच संपवून त्यानं विचारलं,

"गोष्टी मासिकांत प्रसिद्ध होतात?"

"हो."

एवढ्यावरही समाधान न होऊन त्यानं विचारलं,

"नाव छापून येतं का?"

अशा वेळी अगदी हसायचं ठरवलं तरी हसू नीट उमटत नाही. दर वेळी अज्ञानाला हसता येत नाही! त्याचं हे अज्ञान उघड दिसत असलं तरी आपल्या जिवाला काहीतरी डाचतं. याला काही उपाय नाही!

अशा काही प्रसंगांनंतर मी आता जरा सावध झालो आहे. नुसतं लेखन करतो असं सांगत नाही. त्यात अलीकडं काही चित्रपट कथांचं लेखन केल्यामुळं माझी थोडीफार सोय झाली आहे. 'काय करता?' असं कोणी विचारलं म्हणजे 'सिनेमा लिहितो' असं सांगता येतं आणि बऱ्याच लोकांना हे ऐकून बरं वाटतं! कधी कधी हे बोलणंही निराळं वळण घेतं आणि निरुत्तर होण्याची पाळी येते.

परवा असाच माझा एक जुना मित्र भेटला. विचारू नये तो प्रश्न विचारला,

"नोकरीला कुठं असतोस?"

"नोकरी करत नाही!"

"मग धंदा-व्यवसाय?"

"सिनेमा लिहितो.''

"असं का?'' असं म्हणून पुढं विचारलं, "कोणते?''

'वावटळ', 'युगे युगे मी वाट पाहिली' वगैरे चित्रकथांची नावं पुष्कळदा नुसतीच कानांवरून जातात म्हणून मी सांगितलं, " 'केला इशारा' वगैरे चित्रपट माझेच!''

"अरे वा!'' असं म्हणून तो बोलला, "पण यात पैसे मिळतात का?''

"म्हणजे?''

खुलासा करत तो म्हणाला, "सिनेमातले लोक फार बुडवे असतात असं ऐकलंय... सिनेमातलेच ते!''

"मला... मिळतात...''

"एका सिनेमाला किती मिळतात?''

लोक असे खोलात का शिरतात कळत नाही! त्यांचे असे प्रश्न ऐकून आपण पिंजऱ्यात उभे आहोत असं वाटू लागतं. पुष्कळदा हे मित्र असं विचारतात हे सोडून द्या, पण अगदी नवखे लोकसुद्धा फार बारीक चौकशी करतात. कुठं, कोणाकडं गेलो, नव्या कोणा माणसांची ओळख करून दिली आणि आपण लेखक आहोत हे त्याला समजलं, की त्यानं प्रश्न विचारायला सुरुवात केलीच.

परवा असंच घडलं. इथल्या एका चांगल्या वकिलांशी परिचय झाला आणि त्यांनी 'क्रॉस' करायला सुरुवात केली, "नाव ऐकलंय तुमचं. 'वेणा' कादंबरी तुमचीच काय?''

मी म्हणालो, " 'वेणा' ही कादंबरी नाही!''

"मग ती काय आहे?''

"ती कथा आहे.''

"तुमचीच?''

"नक्की माझीच,'' असं म्हणायचा मोह आवरून मी फक्त 'हो' म्हणालो. त्यावर छद्मी हसून ते म्हणाले, " 'सकाळ' मध्ये बरंच त्यावर आलं होतं.''

"इतरही काही ठिकाणी आलं होतं.'' अशी मी मुद्दाम माहिती दिली. त्यांनी पुढं विचारलं,

"कुठं कुठं लिहीत असता?''

"बऱ्याच ठिकाणी लिहीतो.''

"मग पुस्तकबिस्तक काय काढलंय का नाही?''

या त्यांच्या प्रश्नातले शब्द विचित्र वाटले. तरीही म्हटलं, "हो, काही पुस्तकं प्रसिद्ध झाली आहेत.''

वरील काही प्रश्नांवरून हे वकीलसाहेब काही वाचत नसावेत हे कळून चुकलं

होतं. पण त्यांनी आपली एक्झॅमिनेशन संपवली नव्हती. त्यांनी विचारलं, "कोणकोणती पुस्तकं प्रसिद्ध झाली आहेत?"

मी सांगितलं, "वळीव, भेटीगाठी, आभाळ, धिंड अशी नऊ-दहा पुस्तकं प्रसिद्ध झाली आहेत."

"ही काय आहेत?"

मी म्हटलं, "म्हणजे?"

"कशावरची पुस्तकं आहेत?"

थोडा खवचटपणा माझ्याही अंगात असल्यामुळं मी म्हणालो, " 'वळीव' भूगोलविषयक आहे आणि 'भेटीगाठी' हे इतिहासाचं आहे!"

"तुम्ही बी.ए. आहात की एम.ए.?"

"मी बी.ए. ऑनर्स बी.टी. आहे. मुख्याध्यापक म्हणूनही काही वर्षं काम केलंय..."

"अरे वा! असं का?" असं म्हणून त्यांनी जरा समाधान व्यक्त केलं. मी केवळ लेखन करतो आणि तेही कथालेखन करतो असं सांगितलं असतं तर त्यांना काय वाटलं असतं कोण जाणे! शिवाय ती एक्झॅमिनेशन किती लांबली असती कुणी सांगावं?

बोलून चालून ते वकील होते. नाही म्हटलं तरी सुशिक्षित होते. काही ना काही त्यांनी मराठी वाचलं असलं पाहिजे; पण पुष्कळदा काही न वाचणारे अगदी सामान्य लोकही अशीच चौकशी करतात. असा एक मनुष्य परवा भेटला आणि मी लेखन व्यवसाय करतो हे कळल्यावर त्यानं हे असंच विचारलं, "कुठं कुठं छापून येतं?"

"बऱ्याच ठिकाणी," असं मी मोघम उत्तर दिलं, पण त्यानं नाव घेऊन विचारायला सुरुवात केली, " 'सकाळ' मध्ये येतं का?"

"दिवाळी अंकात पूर्वी लिहिलंय."

"एरवी नाही?"

"नाही!"

"तेच! दिसत नाही कधी!"

"एरवी नसतं..."

"पण गोडबोले वगैरे लोकांचं असतं. तुमचं का छापत नाहीत?"

काय बोलणार आपण? 'सकाळ' मध्ये का लिहीत नाही आणि 'स्वराज्या'त का येत नाही, हे आपण अशा माणसांना कसं समजावून सांगणार? अशा वेळी गप्प बसणं बरं वाटतं. न बोलता मी गप्प राहिलो; पण त्यानं विचारलं, "आजवर पुस्तकं कोणती कोणती निघालीत?"

त्याचं एकूण ज्ञान लक्षात घेऊन मी म्हणालो,

"हरिविजय, पांडवप्रताप ही पुस्तकं माझीच!"

"काय म्हणता?" असं म्हणून तो म्हणाला, "मग एकदम मोठे लेखक आहात की तुम्ही!"

त्याच्या मते या लेखनानं मी फार मोठा ठरलो. याऐवजी माझ्या कथासंग्रहांची नावं सांगितली असती तर? नावं नुसती कानांवरून गेली असती. न वाचता ही मंडळी एवढी चौकशी का आणि कशासाठी करतात हे काही कळत नाही! नटीलादेखील एवढे प्रश्न विचारले जात नसतील!

केवळ लेखन हा व्यवसाय करणारा लेखक हा तर आणखी कुतूहलाचा विषय. आमचा वाणीदेखील याला अपवाद नाही! एकदा मी दुकानात गेलो असता त्यानं विचारलं, "साहेब, ह्या दिवाळी अंकात तुमच्या गोष्टी छापून येतात त्याला पैसे किती मिळतात?"

मी म्हटलं, "एका गोष्टीला शंभर-पाऊणशे असे मिळतात! ज्या त्या मासिकावर अवलंबून असतं."

"शंभर-पाऊणशे?" असं म्हणून हातातलं काम सोडून तो माझ्याकडं बघत राहिला. मलाही काय बोलावं हे कळेनासं झालं आणि तोच म्हणाला,

"साहेब, तुमची एक गोष्ट म्हणजे आमच्या नोकराचा एक महिन्याचा पगार झाला की!"

मीही म्हटलं, "होय, बारा गोष्टी म्हणजे एक वर्षाचा पगार!"

हा हिशेब पुढं वाढवत तो म्हणाला, "अशा शंभर गोष्टी झाल्या म्हणजे धा हजार झालं की! आणि असं म्हणून त्यानं विचारलं, "महिन्याला दहा-पंधरा गोष्टी होत्यात का?"

महिन्याला दहा धरल्या तरी बारन् धाए विसाशे गोष्टी झाल्या आणि मग त्याच्या हिशेबानं किती मिळकत झाली! सर्वांत अधिक कथालेखन करणाऱ्या गुर्जरांच्या सगळ्या कथा सातशे भरतात, असं ऐकतो. आपण वर्षाला सव्वाशे लिहिल्या तर दहा-पाच वर्षांत किती होतील? सबंध हयात यात गेली आणि शे-दोनशे कथा लिहून झाल्या तरी पुष्कळ झालं असं वाटतं. पण हे त्या वाण्याला आपण कसं सांगणार? "वर्षाकाठी चार चांगल्या कथा लिहून झाल्या म्हणजे रग्गड झालं." असं चेकॉव्ह म्हणत असे. पण हे सांगून त्याला कसं कळणार? त्याच्या डोक्यातला हिशेब बिघडू नये म्हणून मी गप्पच राहिलो आणि त्यानं विचारलं, "साहेब, वर्षाकाठी मिळकत किती होते मग?"

"बरी होते..."

तो म्हणाला, "तुमचं बरं हाय."

"ते कसं काय?"

तुमचा आपला बिनभांडवली धंदा हो! फार तर एका गोष्टीला चारआण्यांचं कागद आणि पैसा-दोन पैशांची शाई लागत असंल! एकूण साडेचार आण्यांवर शंभर रुपयं मिळवता! आमचं तसं नाही.''

''तुमचं कसं काय?''

ह्या आमच्या दुकानात धा-वीस हजार तर गुंतवावं लागत्यात. बरं एवढं भांडवल घालून फायदा किती?''

मी विचारलं, ''किती फायदा होतो?''

''कुठलं हो साहेब, म्हैन्याला पाश्शे सुटत नाहीत. शिवाय बारा भानगडी!''.

''भानगडी आणि कसल्या?''

''दुकानाचं भाडं, गडीमाणसांचा खर्च, माल मिळतोय न मिळतोय ही कटकट. रोज एक भाव बदलतोय. सरकारी धोरण एक! असं काय एक हाय? हे लायसन काढा, ते लायसन काढा. बरोबर नऊला दुकान बंद करा. जरा फळी उघडी दिसली, ठोका दंड! ह्या काय भानगडी तुम्हाला हैत?''

त्याचं अगदी खरं होतं. अशा कोणत्याही भानगडी आपल्यामागं नाहीत. एकापरीनं आपण नशीबवान आहोत. कथेचं लायसन वेगळं, कादंबरीचं लायसन वेगळं आणि कवितेचं वेगळं, असं बंधन काही सरकारनं अजून लेखकांवर घातलेलं नाही! लेखन व्यवसाय हा एक तसा बिनभांडवली धंदा तर आहेच, शिवाय सरकार म्हणा, कॉर्पोरेशन म्हणा– यांचं लायसन काढण्याची त्याला अजून गरज नाही. इतरही कोणत्या भानगडी नाहीत. आरोग्य खात्याकडून जागा पास करून घ्यावी लागत नाही आणि मुख्य म्हणजे रात्री नऊच्या पुढं फळी उघडी ठेवली तरी चालतं! अनेक लोकांत फक्त आमचा हा वाणी एवढा मला असा भेटला! माझा लेखन हा व्यवसाय त्याला एकदम पसंत पडला होता! लेखन व्यवसायाचं माहात्म्य माझ्यापेक्षा त्यालाच अधिक पटलं होतं. अगदी मुक्त हस्ते त्यानं मला सर्टिफिकेट दिलं, ''साहेब, तुमचा धंदा एवढा आमच्या मनाला आला बघा – बेस्ट! कसली झगझग नाही का भगभग नाही!''

माझे शेजारी-पाजारी आणि इतरही काही लोकंचा असाच समज आहे. मला नोकरीला जावं लागत नाही, वेळेचं बंधन नाही. कुणाची हुकमत नाही. आजारी पडलो, कुठं गावी जायचं असलं तर रजेबिजेची भानगड नाही. कुणाची भगभग नाही. एका अर्थानं हे खरंही आहे; पण लेखन या व्यवसायाची झगझग इतरांना काय कळणार? चांगल्या कथा रोज सुचतात? चांगल्या कथा हातून लिहून व्हाव्यात असं वाटतं; पण त्या सुचत नसतात. काहीतरी नवं लिहावं असं वाटतं; पण तसं काही घडत नसतं! लेखकाचं मन कितीतरी गोष्टींच्या मागं धावत असतं! ही धाव या सगळ्यांना कुठं कळत असते? मृगजळामागं हरणंच काही नुसती धावत नसतात.

खरा लेखक-कलावंत आयुष्यभर हरणासारखा मृगजळामागंच धावत असतो! त्याची होणारी ही दमछाक आणि ऊरफोड ही त्याची त्यालाच ठाऊक! इतरांना त्याची काय कल्पना? कितीतरी वेळा निराश-हताश होण्याची पाळी येते! प्रेमभंग व्हावा तसा मनोभंग होतो. विलक्षण विफलता पदरी येते. पाय जातात येतात. लेखनातही काही दु:खं असतात. पछाडणारी दु:खं असतात! हेमिंग्वेला अशाच दु:खांनी घेरलं नव्हतं काय? इतकी झपाटणारी दु:खं मला नसली तरी मी खुशालचेंडू आहे असं मुळीच नाही. माझ्या एका शेजाऱ्याला मात्र मी तसा वाटतो! नेहमी घरात बसून असतो म्हणून तो मला लँडलॉर्ड समजतो.

त्यानं मला एकदा विचारलं, ''तुमचा वेळ कसा जातो?''

''घालवतो कसा तरी.''

''सारखं चोवीस तास काही तुम्ही लिहीत नाही.''

मी म्हटलं, ''होय...''

''मग वाचणार तरी किती? वेळेचं करता काय?

काय सांगायचं? 'वेळ कसा घालवता?' म्हणून स्टुलावर बसून पेंगणाऱ्या आणि डुलक्या घेणाऱ्या पट्टेवाल्यालाही कोणी विचारणार नाही; पण लेखन हाच व्यवसाय मी करत असल्यामुळं अनेक लोक हा प्रश्न मला विचारतात. मी वेळेचा दुरुपयोग करतो असं तर त्यांना वाटत नसेल? त्यांनाच काय; पण भल्याभल्यांना मी मोकळा आहे असं वाटतं!

परवा एकजण मला व्याख्यानाचं निमंत्रण द्यायला आले, तेव्हा मी म्हणालो, ''मी आले असतो, पण मला वेळ नाही!''

त्यांनी विचारलं, ''तुम्हाला वेळ नसायला काय झालं? सर्व वेळ मोकळेच आहात की तुम्ही!''

''सध्या जरा लेखन चालू आहे.''

''मग एक दिवसाचा खंड पडल्यानं त्यात काय बिघडणार आहे?'' मी म्हटलं, ''अहो, व्याख्यानासाठी यायचं म्हणजे त्याची तयारी करावी लागते. जाण्यायेण्याची थोडी दगदग होते. आल्यावर आणखी एखादा दिवस विश्रांतीत जातो...''

ते म्हणाले, ''जाईना... एखाद्-दोन दिवस विश्रांती घ्यावी. तुम्हाला कुठं नोकरीला जायचं आहे? तुम्हाला काय ड्यूटीवर हजर व्हायचंय थोडंच!''

त्याच्या हिशेबी आम्हाला ड्यूटी नाही! काय बोलणार आपण? लेखन-व्यवसाय करणाऱ्याला आणखी एक गोष्ट नसते आणि म्हणजे हुद्दा! ही गोष्ट मला अगदी परवा कळली.

त्याचं असं झालं – एका स्नेहसंमेलनाचं निमंत्रण मी स्वीकारलं. त्यांनी मला पत्र पाठवून विचारलं – ''निमंत्रणपत्रिका छापायच्या आहेत. तरी कृपया आपण

आपला हुद्दा कळवावा!''

हुद्दा काय कळवणार? अव्वल कारकून, मामलेदार, प्रांत ऑफिसर असा कोणी असतो, तर हुद्दा कळवता आला असता. मी एक लेखक आहे आणि लेखक हा काही हुद्दा नाही. म्हणून सभासंमेलनाला म्हणा अथवा सरकारी कमिट्यांवर म्हणा, हुद्देदार लेखक हवा असतो! त्यात प्राध्यापक-लेखक अधिक फिट बसतो. हा असा कोणताही हुद्दा मला नसल्यामुळं माझी अनेक वेळा कुचंबणा होते. बरं 'पद्मश्री' वगैरेची आशा बाळगण्यात काही अर्थ नाही! त्यासाठी फार नाव मिळवावं लागतं आणि हातून तसं कार्यही व्हावं लागतं! त्या काय केवळ तोंडच्या गोष्टी आहेत? म्हणून मी कोणत्या ना कोणत्या तरी हुद्यावर असायला हवं होतं. असा कोणता हुद्दा मिळवला नाही ही एक चूक हातून झाली आणि तरुणपणीच हा व्यवसाय स्वीकारला ही दुसरी!! डॉक्टरी, वकिली, व्यापार, नोकरी-चाकरी या सगळ्या गोष्टी माणसानं ऐन उमेदीत करायच्या असतात. नट-नटींना तर म्हातारं होऊन चालत नाही. त्यांचे भाव उतरतात; पण लेखन हा व्यवसायच करायचा असला तर निवृत्त झाल्यावर म्हातारपणी करावा. म्हणजे, 'तुम्ही काय करता', 'प्राप्ती किती होते', 'यावर भागतं का' असे प्रश्न कोणी विचारणार नाही! पण आता हे माझ्या पार उशिरा ध्यानी आलं आहे. आता आपल्याला नोकरी देणार कोण? लग्नासारखंच नोकरीसाठीही वय लागतं.

परवा तर एक असा प्रसंग घडला – मी घरी बसून होतो. नेहमी घरीच असतो हे पाहून शेजारच्या घरातील एक मोलकरीण माझ्या बायकोला म्हणाली, ''तुमचं मालक कुठं नोकरीला जात न्हाईत व्हय?''

बायको बोलली, ''नाही. घरीच असतात.''

''का हो?''

''नोकरी करत नाहीत.''

यावर ती बाई फार हळहळून म्हणाली, ''अरेऽऽदेवा! नोकरी फिकरी काय न्हाई व्हय? एवढ्या तरण्या ताठ्या माणसाला नोकरी हो कुठं कशी गावत न्हाई? आणि मग चालतंय कसं? काय बेकार दिवस आल्यात हो हे!''

ही झाली एका अडाणी, अशिक्षित बाईची गोष्ट. मी बेकार आहे असं तिला वाटलं तर त्यात काही नवल नाही; पण गेल्या खानेसुमारीत एक मनुष्य माहिती विचारायला आला आणि माझा व्यवसाय काय लिहायचा हा त्याला प्रश्न पडला! त्या सरकारी फॉर्ममध्ये ज्या अनेक व्यवसायांची नावं होती, त्यात माझा व्यवसाय कुठं बसत नव्हता? मी म्हटलं,

''कथालेखक असं लिहा.''

''तसं चालणार नाही!''

''छे! छे! असं लिहून कसं भागंल?'' असं म्हणून तो बोलला, ''बेकार असं

लिहितो!''

तसं त्यानं लिहिलं आणि सरकारी दप्तरात आमची नोंद 'बेकार' अशी झाली!

त्या दिवशी मात्र मला असं वाटलं... नोकरीचाकरी असतानाच माझं लग्न झालं हे बरं झालं. नाहीतर 'अविवाहित' अशीही नोंद व्हायची पाळी आली असती! व्यवसाय काय करता?' असं विचारल्याशिवाय का कोणी मुलगी दिली असती? आणि कोणी मुलगी फिदा होऊन प्रेमविवाह होईल म्हटलं तरी बेकार तरुणावर कोण मुलगी प्रेम करणार? प्रेम आंधळं असतं, पण ते एकदा जडल्यानंतर! त्यापूर्वी डोळसच असतं. म्हणून लग्नानंतर हा व्यवसाय मी स्वीकारला हे एका परीनं बरं झालं. आता आपली कशीही नोंद होवो!

❏

एक न मावळणारी संध्याकाळ

गेल्या सप्टेंबरमधली गोष्ट. माझ्या कार्यालयाच्या पत्त्यावर प्रा.ना.सी. फडके यांचं मला एक पत्र आलं. त्या पत्रावर कंसात लिहिलं होतं – अर्ध सरकारी; अर्ध खाजगी. त्यात सरकारी थोडं होतं आणि खाजगी अधिक. खाजगी म्हणून जे लिहिलं होतं त्यात पुढील ओळी होत्या -

"तुम्ही चार-पाच दिवसांत मला भेटणार आहात हा तुमचा निरोप मिळाला. हा निरोप केवळ लांडगा आला रे आला अशी आरोळी ठोकतो..."

त्यानंतरचा एक परिच्छेद असा होता–

"महाराष्ट्रातील ग्रंथालय चळवळीचे एक प्रवर्तक आणि कळकळीचे कार्यकर्ते निधन पावले या बातमीनं मला दु:खाचा फार मोठा धक्का दिला आहे. ते माझे आणि माझ्या साहित्याचे एक पराकोटीतले भक्त होते..."

आणि पत्राच्या अखेरीस लिहिलं होतं –

"गेल्या तीन-चार वर्षांत माझे अनेक जिवलग मित्र मला सोडून गेले, या कारणानं मी अगदी निर्मित्र होऊन गेलो आहे आणि या जगाचे आणि माझे संबंध तुटत आहेत असं सारखं वाटू लागलं आहे. मनानं मी फार कष्टी झालो आहे. असो, जे घडत आहे त्याला अर्थ जसा नाही, तसा इलाजही नाही!"

यातील 'निर्मित्र' हा शब्द आणि अगदी शेवटचं वाक्य – जे घडत आहे त्याला अर्थ जसा नाही, तसा इलाजही नाही! – यातून दिसणारी अप्पांची तेव्हाची मन:स्थिती मला फार जाणवली. पत्र वाचून संपलं तरी तो शब्द आणि ते वाक्य माझ्या मनातल्या मनात पुन्हा पुन्हा उच्चारलं जाऊ लागलं. त्याच दिवशी संध्याकाळी अप्पांना भेटायचं ठरवलं. फोन करून तसा निरोपही दिला. योगायोगानं माझे एक जिवलग स्नेही डॉ.यू.म. पठाण हे त्या दिवशी इथं पुण्यातच होते. माझ्याबरोबर अप्पांना भेटायला

येण्यात त्यांनाही आनंद वाटला.

पण मध्येच त्यांचं एक महत्त्वाचं काम निघालं, ते उरकून ते परस्पर येणार होते.

१६ सप्टेंबर, १९७८ ची ती संध्याकाळ. विजयानगर कॉलनीतील 'दौलत'च्या फाटकातून मी आत गेलो आणि दारावरच्या बेलवर बोट ठेवण्यापूर्वी तिथंच जरा घुटमळलो. मनात अनेक विचार तरंगून गेले. या नव्या वर्षाच्या पहिल्या दिवशी त्यांना शुभेच्छा द्यायला गेलो होतो, त्याची आठवण झाली; पण त्यालाही आता नऊ महिने लोटले होते. मधल्या काळात जाणं झालं नव्हतं. मनात एक टोचणी होती. एकाच गावात असून भेटू शकलो नव्हतो. तसं पाहायला गेलं तर माझ्या नोकरीच्या वाढत्या व्यापामुळं एकूण सगळ्या साहित्य जगाला मी अलीकडं मुकलो आहे. या जगाचे आणि माझे संबंध हळूहळू तुटत चालले आहेत. माझं स्वत:चं लेखनही ओसरलं आहे. एका परीनं गेल्या आठ-दहा वर्षांत मीही तसा एकाकीच झालो आहे... असे अनेक विचार मनात येऊन गेले. एके काळचा मी अप्पांचा विद्यार्थी. मराठी विषयाची आवड असूनही मी बी.ए.ला तत्त्वज्ञान हा विषय घेतला तो अप्पांच्या ओढीमुळं. त्यांच्या आकर्षक व्यक्तिमत्त्वाकडं आकृष्ट होऊन. आणि आता पुण्यात असूनही वारंवार भेटता येऊ नये?... मनात अशी एक खंत होती. कडू घोट गिळावा तशी ती आतल्या आत मी गिळली आणि बेल वाजवली.

एका मोलकरणीनं येऊन दार उघडलं. नाव विचारून घेतल्यावर मला बसायला सांगितलं. ज्या खोलीत अप्पांचं लेखन चाले, त्या खोलीत गेलो. का कोणास ठाऊक, अप्पांची ती खोली मला रिकामी, उदास वाटली. तिथं टेबल होतं, खुर्च्या होत्या; पण त्यांची मांडणी पूर्वीची नव्हती. जशी ती असायला हवी तशी ती दिसत नव्हती. ही अप्पांची खोलीच नव्हे असं वाटलं. तिथं टेबल होतं; पण त्या टेबलासमोर श्रुतलेखन घेणारा त्यांचा लेखनिक नव्हता. वर्दळ नसलेल्या देवळासारखी मला ती खोली दिसू लागी. टांगलेली घंटा आहे; पण तिच्या निनादानं गाभार घुमत नाही. एका तंद्रीत, श्रुतलेखन देत बसलेले अप्पा मला आठवले. आता त्यांचा तो आवाज तिथल्या गाभाऱ्यात ऐकू येत नव्हता. त्या टेबल-खुर्च्यांकडं पाहत मी उभाच होतो. एवढ्यात अप्पा येताना दिसले.

त्यांना चालताना पाहून फार बरं वाटलं. गेल्या एक जानेवारीला मी त्यांना पाहिलं होतं, त्या मानानं प्रकृतीत सुधारणा झालेली दिसत होती. त्यांच्यापाठोपाठ ताई, म्हणजे कमलाबाईही आल्या. अप्पा माझ्याजवळ येऊन माझ्याकडं रोखून पाहत म्हणाले, "माझी आणि ताईची ओळख आहे का?"

अप्पांच्या या प्रश्नात खोच होती. त्यात अगत्यही होतं. प्रेमापोटी थोडा रागही होता. त्यांच्या या प्रश्नाला माझ्याजवळ उत्तर नव्हतं. उत्तरादाखल मी फक्त हसलो. तेही हसले. मग एक खुर्ची ओढून ते म्हणाले, "तुम्ही इथं बसा. तोंड इकडं करा.

मला नीट दिसत नाही.'' अशा अनेक सूचना करून आणि एक विशिष्ट कोन साधून ते माझ्यालगतच्या दुसऱ्या खुर्चीवर बसले. एकदा नीट निरखून पाहिलं आणि आपल्या कानातल्या यंत्राचं तोंड हातात घेऊन म्हणाले, ''शंकरराव, तुम्ही आता कितीसे लठ्ठ झालाय? आकार बरा दिसतो...''

आज अप्पांचा एकूण मूड छान होता. आधी जरा कसं काय चाललं आहे, ही चौकशी केली आणि मध्येच त्यांनी विचारलं, ''आमचा लखोटा कसा आहे?''

अप्पांच्या 'अंजली' दिवाळी अंकात माझी 'खलिता' ही कथा प्रसिद्ध झाली तेव्हा माझा मोठा मुलगा दोन-अडीच वर्षांचा होता. अप्पा त्याला गमतीनं 'लखोटा' म्हणत. त्या लखोट्याला हे असं साहचर्य होतं. मी म्हटलं, ''लखोटा ठीक आहे...'' त्यांनी दुसरा प्रश्न केला. ''तो आता किती मोठा झाला?''

''तो आता एकोणीस वर्षांचा झालाय.''

आप्पा हसत म्हणाले, ''मग त्याला आता मिशा आणि मतंही फुटली असतील!''

मी हसलो; तेही हसले, पण मध्येच एकदम थांबून म्हणाले, ''माझ्या परवाच्या पत्रात एक चूक झालीय.''

''कसली चूक अप्पा?''

अप्पा म्हणाले, ''मला दिसत नाही. त्यामुळं लेखनिकानं काय लिहिलंय हे वाचून बघता येत नाही. चुका तशाच राहतात. मला वाटतं त्या पत्रात 'लिफाफा' असा शब्द लिहिला गेलाय.''

मी म्हटलं, ''होय, अप्पा. 'लिफाफा'च आहे.''

''तो 'लखोटा' हवा होता. 'लिफाफा' म्हटल्यानं त्यातली सगळी गम्मत गेली.''

असं म्हणून अप्पा हसू लागले. मी चकित झालो. शतकाच्या अगदी नजीक उभ्या असलेल्या अप्पांना त्यांचं शरीर साथ देईनासं झालं आहे. डोळे थकलेत, कान गेलेत. सगळं शरीरच आता थकलं आहे; पण त्यांची स्मरणशक्ती अजून आहे तशीच आहे. त्या दिवशी कितीतरी जुन्या गोष्टींची आठवण त्यांना झाली. वीस-पंचवीस वर्षांपूर्वीच्या अनेक गोष्टी त्यांना आठवत होत्या. त्यातले लहानसहान बारकावेसुद्धा त्यांनी अजून जपून ठेवले आहेत.

बोलता बोलता माझ्या एका लोकनाट्याची त्यांना आठवण झाली. ते मला म्हणाले, ''तुमच्या त्या 'लवंगी मिरची'मध्ये ती नाचणारी बाई कोण होती?''

मी सांगितलं, ''उषा चव्हाण. आज अनेक मराठी चित्रपटांची ती हिरॉईन आहे अप्पा.''

''काय नाव म्हणाला?''

''उषा चव्हाण.''

यावर जरा मोठ्यानं हसत अप्पा म्हणाले,

''या महाराष्ट्रात 'चव्हाण' आहेत तरी किती?''

अप्पांची स्मरणशक्ती जशी शाबूत राहिली आहे, तशीच त्यांची विनोदबुद्धी अजून पूर्वीसारखीच तल्लख आहे. त्या दिवशी अप्पा अगदी प्रसन्न होते. गप्पात रंगले होते. संभाषणातील त्यांचा हा मार्मिकपणा सारखा प्रत्ययास येत होता. थोड्या वेळानं डॉ.यू.म पठाण आले. त्यांचा परिचय करून दिल्यावर पठाण साहेब आप्पांना म्हणाले, ''शंकरराव हे माझे फार जुने स्नेही आहेत.''

'जुने' या शब्दावर जोर देऊन अप्पा हसत म्हणाले, ''जुने स्नेही... मग शंकररावांचे सगळे दुर्गुण तुम्हाला माहीत असतील!''

त्यावरही विनोद करत मी म्हणालो, ''त्या सगळ्या दुर्गुणांत तेही सहभागी आहेत.''

बसल्या जागी खुर्चीवर मागे रेलत ते इतके मनसोक्त हसले, की त्यांना असं हसताना पाहून मला फार आनंद वाटला. तो आनंद त्यांना घेता यावा यासाठी अशा अनेक गोष्टी मी मुद्दाम आठवून त्यांना सांगितल्या. एका जुन्या गोष्टीची आठवण करून देत मी त्यांना म्हणालो, ''अप्पा, आपण कोल्हापूरला असताना आपल्याला आम्ही एक निमंत्रण द्यायला आलो होतो. तुम्ही ते स्वीकारल्यावर आमच्यापैकी एकजण म्हणाले, 'बाईंनापण बरोबर घेऊन या.' यावर अप्पा, तुम्ही म्हणाला होता...''

''काय?''

अप्पा काय म्हणाले होते, ते मी सांगितलं,

''तुम्हा मराठ्यांचं बरं आहे. लग्नाच्या बायकोलाही 'बाई' म्हणता आणि...''

अप्पा पुन्हा हसले. मग अशा आणखी जुन्या काही आठवणी सांगितल्या. कॉलेजमधले दिवस आठवले. त्यामुळं अप्पा फार जुन्या काळात गेले. प्राचार्य बाळकृष्णांची आठवण होऊन म्हणाले, ''बाळकृष्ण फार चांगले गृहस्थ होते. माधवराव पटवर्धन आणि माझा उल्लेख ते नेहमी असा करत –'आमच्या कॉलेज मधले हे दोन हिरे आहेत...!'' आणि मग ते हसून म्हणाले, ''बाळकृष्णांना क्रिकेट माहीत नव्हतं. मी आग्रह करून त्यांना क्रिकेटची मॅच पाहायला लावली. ती मॅच पाहताना कोणी आऊट झाला, की ते मला म्हणत – 'फडके, त्यांना आऊट जाऊ नका हे सांगा ना.' ''

अशा अनेक गमती अप्पांनी सांगितल्या. त्या भूतकाळात रंगून गेलेले अप्पा मध्येच जरा गंभीर होऊन म्हणाले, ''ते चांगलं वातावरण पुढं फार काळ टिकलं नाही. बाळकृष्ण गेले आणि मग कॉलेजमधला सगळा रसच गेला...'' असं म्हणून ते पुढं बोलले, ''मी इतकी वर्षं त्या कॉलेजमध्ये राहून सेवानिवृत्त झालो; पण

शेवटच्या दिवशी तिथून बाहेर पडल्यावर फाटक ओलांडतानाही मी मागं वळून बघितलं नाही...!''

मग चहा आला. मी कप-बशी अप्पांच्या हाती दिली. ती त्यांनी पुन्हा ट्रेमध्ये ठेवली. मी हातात घेतलेली कप-बशीही त्यांनी आपल्या हातात घेऊन खाली ठेवली आणि ट्रेमधला एक लाडू घेऊन तो माझ्या हाती देत म्हणाले, ''आधी हा लाडू खा.''

मी म्हटलं, ''अप्पा, जरा माझे दात...'' माझं वाक्य पूर्ण होण्यापूर्वीच ते म्हणाले,

''एका वेळी एकच खायचा म्हणजे दातांना काही होत नाही.''

लाडू खाऊन झाल्यावर स्वत:च्या हातानं आमच्या हातांत बिस्किटं दिली. त्यानंतर चहा झाला. अप्पांना सिगरेटची लहर आली. त्यांनी सिगरेट मागवली. मला ती देऊ केल्यावर मी म्हणालो, ''अप्पा, मी सिगरेट सोडलीय.''

ते हसून म्हणाले, ''मीपण शंभरदा सोडली होती. सिगरेट ही चीजच अशी आहे – ती पुन्हा पुन्हा सोडायची आणि पुन्हा पुन्हा ओढायची असते.''

आमचे पठाणसाहेब सिगरेट ओढतच नाहीत. ते नको म्हणतील म्हणून ते काही बोलण्यापूर्वीच हळू आवाजात त्यांना म्हणालो, ''आज ओढा. अप्पा देऊ करतात ती नाकारू नका.''

त्या दिवशी त्यांनीही सिगरेट घेतली. मग अप्पांनी काही किस्से सांगितले. एक किस्सा तर स्वत:वरचाच सांगितला. ते म्हणाले, ''नागपूरला तीन वर्षं मी नाटकावर भाषणं दिली. त्यांतल्या एका भाषणात अत्र्यांचा उल्लेख आला. मी म्हटलं – अत्र्यांनीही रंगभूमी गाजवली, त्यांनी काही नाटकं चांगली लिहिली; पण खाडिलकर-देवलांच्या पंगतीला मी त्यांना बसवणार नाही.'' हे सांगून अप्पा हसत म्हणाले, ''यावर अत्र्यांनी मला फार चांगला टोला दिला होता... ते एका भाषणात म्हणाले – 'ठीक आहे. खाडिलकर-देवल यांच्या पंगतीला मी बसण्याइतका मोठा नाटककार नसेन. मी बाजूच्या पंगतीला बसेन. पण फडक्यांना आमच्या पंगतीतल्या उष्ट्या पत्रावळीसुद्धा उचलायला तिथं कोणी येऊ देणार नाही!' अत्र्यांचा हा टोला सांगून अप्पांनी पुन्हा वर आम्हाला विचारलं, ''टोला कसा काय वाटला?''

अप्पांचा हा प्रश्न ऐकून मला फार बरं वाटलं. त्या वेळचं त्यांच्या त्या प्रसन्न चेहऱ्यावरचं मोकळं हास्य मला खूप काही सांगून गेलं. शतकाच्या जवळ येऊन ठेपलेले अप्पा मला त्या वेळी आरशासारखे लख्ख दिसले. जुने हेवेदावे, मत्सर, किल्मिषं ही सगळी कशी स्वच्छ पुसून टाकली आहेत. वाटलं, अप्पांचं मन आभाळाएवढं झालं आहे. निळं, स्वच्छ आभाळ आणि तेही आपल्या दोन्ही डोळ्यांत न मावण्यासारखं.

त्या दिवशीची ती संध्याकाळ कशी गेली हे कळलंही नाही. निघताना अप्पा

म्हणाले, ''आज आपण खूप वर्षांचं बोलून घेतलं नाही?'' आणि डॉ पठाणांकडं पाहून ते म्हणाले, ''आता केव्हाही येत चला...'' आणि माझ्याकडं बघून हसत म्हणाले, ''या दलालाची आता आवश्यकता नाही.''

त्या संध्याकाळी अतिशय आनंदी मनानं आम्ही त्यांचा निरोप घेतला. नंतर त्या रात्रीच्या काही घटका त्याच आनंदात घालवल्या; पण पुढं धड पंधरा दिवसही लोटतात न लोटतात, तोच एका सकाळी अप्पा गेल्याची बातमी कानांवर आली; आणि ती संध्याकाळ आठवली– एक प्रसन्न संध्याकाळ!

उगवणारा दिवस हा मावळणारच आणि रोज संध्याकाळ ही होणारच! पण माझ्या मनातली ती संध्याकाळ मात्र कधीही मावळणार नाही!

❏

तलाठी : गावचं एक देणं!

पूर्वी गावचा कारभार पाटील आणि कुलकर्णी यांच्या हाती होता. हे दोघंही वतनदार होते. कालांतरानं वतनं गेली आणि कुलकर्ण्यांऐवजी तलाठी आले. तलाठी हा काही वतनदार नव्हे. तो एक साधा नोकरदार माणूस आहे. कनिष्ठ सरकारी सेवकांपैकी एक; पण आज तलाठी ही गावातली साधी असामी राहिली नसून ते एक बडं प्रस्थ झालं आहे!

माझ्या लहानपणी मी पाहिलेला तलाठी म्हणजे एक साधा माणूस होता. अगदी शब्दकोशात दिलेल्या अर्थासारखा. तलाठी म्हणजे केवळ एक गावकामगार. अडत दुकानात जसा दिवाणजी (हिशेब लिहिणारा कारकून) तसा चावडीत लिहिणावळ करणारा हा एक माणूस. पाटलांनी सांगावं आणि यानं लिहावं. गावच्या अशिक्षित लोकांना टपाल घालायचं असलं, की ते काम तलाठ्याकडं येई आणि हेही काम तलाठी खुशीनं करत असत. पण हा प्राणी आता इतका साधासुधा राहिला नाही. काळ बदलला हेच खरं. आता खेड्यांत पाटलापेक्षा सरपंचाला आणि कुलकर्ण्यापेक्षा तलाठ्याला भाव आला आहे. तो एक कनिष्ठ सेवक असला तरी एक वरिष्ठ माणूस झाला आहे.

एवढा हा बदल कसा झाला? एके काळी घराकडून आणलेल्या तीन-चार दिवसांच्या शिळ्या दशम्या खाऊन दिवस काढणारा हा माणूस, आज सोन्याचा घास खाताना कसा दिसतो बरं? खेड्यातले लोक म्हणतात– हे झालं काँग्रेसमुळं. अर्थात, हे इतकं खरं नाही. कोणत्याही गोष्टीला ते काँग्रेसलाच जबाबदार धरतात. भाववाढ का? तर काँग्रेस. लाचलुचपत का? तर काँग्रेस... असो. खरं-खोटं काही असलं तरी काँग्रेसच्या या राज्यात कनिष्ठ तलाठी हे वरिष्ठ असामी होऊन बसले आहेत यात शंका नाही.

हातात सत्ता आली म्हणजे माणूस बदलतो. पूर्वी या तलाठ्यांच्या हाती फारशी सत्ता अशी नव्हतीच. त्याचं काम तरी काय होतं? चावडीचा वसूल, सरकारी जमिनीचा लिलाव, जन्म-मृत्यूच्या नोंदी आणि अधूनमधून तालुक्याला खेटे घालणं एवढंच त्याचं काम होतं. शिवाय गावात काही कुरापती, तक्रारी झाल्या तरी पाटील गावातल्या गावात त्यांची विल्हेवाट लावत असत. पूर्वी गावातली भांडणं विझत असत. आता ती पेटत राहतात; आणि ती पेटवत ठेवण्याचं काम तलाठ्यांना करावं लागतं. (त्या शिवाय त्यांची कमाई कशी होणार?) त्यांची कामंही आता वाढली आहेत.

मलाही त्याची कल्पना नव्हती; पण मध्यंतरी आमच्या एका जमिनीच्या कामानिमित्त मला गावाकडं जावं लागलं. सातबाराचा एक उतारा हवा होता म्हणून चावडीत गेलो. उतारा घेऊन घरी आलो. आमचा चुलत भाऊ मला म्हणाला, ''तुम्हाला म्हणून काही न घेता तलाठ्यानं उतारा दिला बघा.''

मी विचारलं, ''म्हणजे या सात-बाराच्या उताऱ्यासाठी तलाठी पैसे घेतो का?''

''पैसे? अहो, गोरगरिबाला तर हागवून घेत्यात!''

''किती?''

तो बोलला, ''सात-बाराच्या उताऱ्याला वीस-पंचवीस रुपये काढल्याशिवाय सोडतच न्हाई.''

''आणि नाही दिले तर?''

''मग घाला म्हणतोय खेटं! आज या, उद्या या. म्हणतो, 'अहो, सवड नाही.' काय बोलणार याच्यावर?''

मी म्हटलं, ''सवड नसायला यांना कामं तरी काय असतात एवढी?''

''कामं?'' असं म्हणून तो म्हणाला, ''अहो, एक का दोन? धान्यावरची लेव्ही हाय, तुकडंबंदीचं काम हाय, झाल्यास तुमची बचत योजना हाय, तगाई हाय, पीककर्ज हाय... अहो, काय एक काम हाय का?''

मी म्हटलं, ''मग आजकाल बरीच कामं त्यांच्या मागं लागलेली दिसतात.''

''तर, त्या शिवाय त्यांचं पोट कसं पिकणार!'' असं म्हणून तोच सांगू लागला, ''अहो, आज सगळी सत्ता तलाठ्याच्या हाती आलीया. आता धान्यावरच्या लेव्हीचीच गोष्ट घ्या. तलाठी म्हणेल ती लेव्ही. धा मण धान्य पिकवणाऱ्या शेतकऱ्यालाही तीच आणि चार खंडी धान्य मळणाऱ्यालाबी तीच! हाय का न्याय! अहो, किती पिकलं हे बघायला काय सरकार हितं येतंय व्हय? तलाठीच सर्टिफिकेट देणारा बघा.''

मी विचारलं,''मग तो चांगला पैसा मिळवत असेल?''

''पैसा? त्याला काय कमी? अहो, कुरणात जनावर चरावं तसं चरतोय.'' असं

म्हणून तो म्हणाला, ''आणि आता हाय, ह्ये तलाठी म्हणजे एक इब्लीस काम हाय बघा!''

मी म्हटलं, ''असं का?''

''अहो, लई साडेसाटलीचा की!'' असं म्हणून तो सांगू लागला, ''गेल्या सालची गोष्ट. आपली आवडाक्का नाही का?''

''कोण, देसायांची?''

''हा हा...''

''तिचं काय झालं?''

तो सांगू लागला, ''तिच्या लेकीला तिचा नवरा नांदवना झाला. ती माहेरातच राहिली. एकाला दोन सालं अशी गेली आणि ह्या तलाठ्यानं संधान जोडलं की...''

''असं?''

''तर हो, नवऱ्यानं टाकली तर पोटगीचा दावा का न्हाई लावत, असं त्यानंच विचारायला सुरुवात केली. तरी मी दोन-चारदा आवडाक्काला सावध करून सांगितलं– बाई, ह्याच्या नादाला लागू नको. तिनं आमचं ऐकलं न्हाई. तलाठ्याचंच बोलणं गोड वाटू लागलं. त्याचं ऐकून पोटगीचा दावा गुजरला आणि सांगायची गोष्ट ही, की होता होता तलाठीच रोज सकाळ-संध्याकाळ तिथं जेऊ-खाऊ लागला.''

''म्हणजे रोज तिथंच जेवतो?''

''अहो, नुस्तं जेवतो काय?''

''तर मग?''

''अहो, दोन्ही वेळेला तिथं जेवल्यावर झोपायला तर का जाईल तिसरीकडं?''

''आऽऽ?'' मी असं आश्चर्यानं पाहत राहिलो आणि माझा चुलतभाऊ हसत मलाच म्हणाला, ''अहो, 'आ' काय? काय कहाणी सांगतोय काय तुम्हाला?''

''तसं नव्हे, पण त्याचं लग्नबिग्न झालं असंल की?''

तो म्हणाला, ''लग्न होऊन चार पोरंबी हैत. ते बिऱ्हाड हाय की गावाकडं खुशाल. हिकडची नुसती पोटगी चालू हाय हो ही!''

मी म्हटलं, ''चांगलं आहे.''

''चांगलं?'' असं म्हणून तो म्हणाला, ''अहो, हा तलाठी साधा नाही... रस्त्यानं जाताना कुणी भेटलं तर सहज विचारतो – काय, कवा हाय गुऱ्हाळ – का होऊनबी गेलं? याचा अर्थ काय सांगा!''

मी बुचकळ्यात पडलो. मला काही अर्थ कळेनासा होऊन मीच विचारलं, ''काय याचा अर्थ?''

''त्याचं असं हाय – काय, कवा हाय गुऱ्हाळ? म्हंजे कुठं हाय गुळाची ढेप? कुठं हाय ऊसाची मोळी?...कळलं?''

असा हा अर्थ कळून मी चकित झालो. माझा चुलत भाऊ म्हणाला, ''अहो, खुद्द आम्हालाच ही खंडणी द्यावी लागती की! प्रत्येकाकडची एक गुळाची ढेप आणि उसाची मोळी हा वसूल करतोयच.''

''आणि एवढं वसूल करून करतोय काय?''

''शिपायाकडनं ऊस बाजारात विकतोय आणि गुळाच्या ढेपा पेठेला नेतोय.''

हे सगळं ऐकून मी म्हटलं, ''लोकांनी द्यावं का?''

तो म्हणाला, ''द्यावं का? ते गावाचं एक देणंच हाय म्हणायचं.''

''देणं?''

''व्हय, देणंच म्हणायचं की! पूर्वजन्मीचं. अहो, असहाय शेतकऱ्याला पावसासाठी ढगाकडं बघावं लागतं आणि मर्जीसाठी तलाठ्याकडं बघणं भाग पडतं. शंभर रुपयाचा फायदा होत असेल, तर धा रुपये द्याला नकोत? काय करता? हे एक देणंच समजायचं आणि द्याचं.''

हे ऐकून मी फक्त एक सुस्कारा सोडला आणि मनात आलं – तलाठी या शब्दाचा कोशात दिलेला अर्थ आता बदलायला हवा. शब्दकोशात अर्थ दिला आहे- तलाठी (पु.) एक गावकामगार.

आता याशिवाय काय काय अर्थ देता येतील बरं? सारा वसूल करणारा? खंडणी घेणारा? का, तलाठी : गावचं एक देणं?

❐

एक खुळी समजूत

शेतकरी म्हणजे अडाणी माणूस अशी पांढरपेशा लोकांची एक (खुळी) समजूत आहे. एके काळच्या ग्रामीण वाङ्मयानं तर त्याला भोळा-भाबडा ठरवला आहे. एखादा शेतकरी असेलही असा; पण सहसा तो भोळा नसतो आणि अडाणी तर मुळीच नसतो. निदान शिकलेल्या अडाण्यापेक्षा तो नक्कीच शहाणा असतो.

इतकंच नव्हे, तर शिकलेल्या लोकांना डोकं नसतं अशी त्याची ठाम समजूत असते. 'जेवढं शिक्षण अधिक तेवढं व्यवहारज्ञान कमी' असा त्याचा एक समज आहे, हे पांढरपेशांना माहीत आहे का? निदान त्यांनी ही म्हण तरी ऐकली असेलच - अति शहाणा त्याचा बैल रिकामा!

माझीच गोष्ट सांगतो. बी.ए. झाल्यावर मी एकदा गावी गेलो. पदवी मिळाल्याचा फार नसला तरी थोडाफार अभिमान मनात होता; पण आमच्या गावकरी सोबत्यांनी तो पार घालवला. त्याचं असं झालं – मी गावी आल्याचं कळलं आणि संध्याकाळी आमच्या अंगणात टोळकं जमलं. एकानं विचारलं, "आता काय शिक्षान झालं म्हनायचं?"

यावर मी काही बोलायच्या आधी दुसराच एकजण म्हणाला, "अगा, लई फुडं गेलं!"

"फुडं म्हंजे?"

"अगा, बी.ए.यम.ए. झालं... काय कळलं का?"

मान हलवत तो म्हणाला, "काय कळनार गा?"

आणि फोड करत त्यानं सांगितलं, "अगा, यम ए आणि घेऊन जा! कळलं?"

माझ्या पदवीची अशी ओळख करून दिल्यावर एकानं माझ्या शिक्षणाची अब्रू घ्यायला सुरुवात केली. तो म्हणाला, "पाटील, एक हिशेब घालू का?"

"हिशेब?"

"हा, आपला नांगरगट्ट्याचा!"

दुसऱ्यानं लगेच री ओढली –"अगा यम.ए. झाल्यात... घाल घाल त्यास्नी हिशेब घाल."

'मार-मार त्याला मार' असं म्हणावं तसा तो प्रकार झाला; आणि खरं सांगतो, त्यानं घातलेल्या दहा हिशेबांतले नऊही मला सुटले नाहीत. माझी ही फजिती बघून आणखी एकजण पुढं सरसावला आणि हसत हसत म्हणाला, "आता माझा एक साधा हिशेब सांगा – एक आण्याला तीन पेरू... काय? एक आण्याला तीन पेरू, तर महादेवाच्या देवळाच्या पायऱ्या किती?"

माझी पदवी पायरी-पायरीनं अशी खाली उतरली. आपण समजतो इतका शेतकरी साधा मुळीच नाही.

मला तरी वाटतं त्याला उपजत ज्ञान असतं. लिहितावाचता न येणारा शेतकरीही कधी हिशेबात चुकणार नाही. व्यवहारात तर तो कधीच फसणार नाही. प्रसंगी कायद्यालासुद्धा कशी टांग मारावी, हे त्याच्याकडून वकिलानं शिकावं!

कूळकायदा आला त्यानंतरची एक गोष्ट.

कसणाऱ्याची जमीन झाली आणि एका कुळाबरोबर एका जमीन मालकाचा वाद सुरू झाला. ही जमीन होती शेतीबागायत. कायद्यानं बागायत जमिनीची मालकी कुळाकडं जात नव्हती. जमीन मालकाचा हक्क शाबीत होत होता. कायदा असा आडवा आला.

कुळाचा वकीलही म्हणाला, "जमीन जिरायत असती तर तुमच्या मालकीची झाली असती; पण बागायत असल्यामुळं काही करता येत नाही."

कुळानं विचारलं, "म्हंजे कायद्यानं हात टेकलं म्हणा!"

"होय, कायदाच असा आहे, त्याला काय करणार?"

"अहो मग कायद्याला टांग मारू की!"

वकिलानंच विचारलं, "कशी टांग मारायची?"

"अहो, साधं काम हाय – रानातली हीर मुजीवतो आणि बागायतीची जिराईत जमीन करतो की!"

वकील थक्क होऊन पाहत राहिला; आणि खरोखर एक पंधरा दिवसांत त्या कुळानं बागाईत जमिनीची जिराईत जमीन करून टाकली. बांधीव दगडी विहीरीचे दगड निखळले; आणि डबरा मुजवावा तशी विहीर मुजवून टाकली. त्याला दगडसुद्धा बाहेरचे आणावे लागले नाहीत. एवढी कामगिरी केल्यावर त्यानं जाऊन वकिलाला सांगितलं, "वकिलसाब, आता कायदा आडवा येत न्हाई. मग लढवा केस."

यावर हसत वकील म्हणला, "शाब्बास! आता केस आपली आहे."

"अजून काय आडवं येत असलं तर सांगा."

काही दिवसांनी केसचा निकाल लागला. मालकी कुळाची ठरली. जमीन मालकीची झाल्यावर पुन्हा सरकारी तगाई मिळवून विहीर काढली. जाते कुठं ती? त्या वकिलाचे सगळे पैसेही चुकते केले नाहीत.

तो किस्सा असा – दर वेळी वकिलानं फी मागितली, की ठरावीक उत्तर. "देऊ म्होरच्या तारखंला."

एक दिवस वकील संतापला. तो म्हणाला, "प्रत्येक वेळी सारखं देऊ देऊ काय? आज पैसे दिले तरच केस चालवीन. आधी पैसे ठेवा."

यावर थोडा वेळ गेला. वकिलाचा जरा राग शांत झाला आणि मग या पक्षकारानं हळूहळू बोलणं सुरू केलं, "वकीलसाब, कपाटातली ही सगळी पुस्तकं कायद्याचीच न्हाई का?"

"होय."

"काय पुस्तकं हो ही! कवा वाचत तर असशिला!" आणि असं हरबऱ्याच्या झाडावर चढवत चढवत त्याला अगदी शेंड्यावर बसवलं आणि विचारलं, "एकेक पुस्तकाची किम्मतबी जास्त असंल?"

वकिल अभिमानानं म्हणाले, "एकेकाची पन्नास रुपये किम्मत असते!"

"बघा काय किमती! म्हणजे एक पाच-धा हजाराची पुस्तकंच झाली की नुस्ती!"

आणि असं गौरववून पुढं विचारलं, "शिवाय कारकुनाचा पगार, जागा, भाडं, लई खर्चा हा तुमच्या!"

वकील म्हणाला, "शिवाय मोटारीचा खर्च?"

"नवी गाडी घेतली न्हाई का? वकीलसाब, काय पडलं गाडीला?"

"बावीस हजार."

"च् च् च्! बावीस हजार!"

हे पुन्हा पुन्हा म्हणून झालं आणि मग हळूच त्यानं म्हटलं, "व्हय वकीलसाब, मग आमच्या शे-पन्नास रुपयांनी तुमची काय आज रोजी चूल आडतीया? देऊ सवडीनं. जरा सवड द्या..."

वकीलाची चूल अडली नव्हती हे सिद्ध झालं होतं. त्या खटल्याचा निकाल लागेपर्यंत पक्षकार चुलीकडं बोट करत राहिला; आणि फी न देता त्यानं काम करून घेतलं. काम झाल्यावर उलट तो म्हणाला, "मीच तर त्याला अक्कल शिकीवली आणि फी काय म्हणून द्याची? आता ह्या श्यानपनावर आणि धा कज्जे जितायला शाना झाला त्यो! त्यानंच मला फी द्याला पायजे."

जे लोक शेतकऱ्यांना भोळा समजत असतील त्यांना माहीत नाही, की तो

शेतकरी हा असा आहे! तो नुसता बेरकी नाही. त्याला दूरदृष्टीही आहे.

१९४७ ची गोष्ट. भारत स्वतंत्र झाला. नवं वारं वाहू लागलं. अशा वेळी मी एकदा गावी गेलो. बोलता बोलता एकानं मला विचारलं, ''पाटील, देश स्वतंत्र झाला म्हंजे फायदा काय झाला?''

पुढाऱ्याच्या थाटात मी एक भाषणच केलं. पंचवार्षिक योजना वगैरे सगळ्या सांगून झाल्या आणि शेवटी म्हणालो, ''पूर्वी आपल्या भारतात जशी सुबत्ता होती तशी ती येईल. पूर्वी सोन्याचा धूर निघत होता असं म्हणतात... ते दिवस पुन्हा येतील.''

यावर तो काही बोलला नाही. असाच एक तास गेला आणि मग त्यानं मला विचारलं,''पाटील, एक इचारायचं होतं.''

''काय?''

''इचारू?''

''विचारा की.''

त्यानं विचारलं, ''औंदा घराची शाकारणी करू का नको?''

मी म्हटलं, ''करा की. त्यात अडचण काय आहे?''

''तसं नव्हं, तुम्ही म्हनता असं जर दिवस येनार असतील तर वाटल्यास आणि दोन वरसं थांबू; आणि एकदम मग सोन्याचीच कवलं घालू की घरावर!''

वीस बावीस वर्षांपूर्वी त्या शेतकऱ्याला जे कळलं होतं ते कळायला मला बरीच वर्षं लागली, हे आज कळतं. इतक्या वर्षांत जर फरक झाला असंल तर तो असा - पूर्वी गाडीभर कौलांना जी किम्मत पडत होती ती आज टोपलीभर कौलांना पडते. पण ही दूरदृष्टी त्याला होती. आम्हाला नव्हती. आणि खरं सांगू का? सर्वसाधारण शेतकरी हा असा असतो. आजही तो असाच आहे. आणि माझी खात्री आहे - उद्याही तो तसाच असेल.

❐

गाजराची पुंगी

माझे एक स्नेही 'मास्तर' या नावानं ओळखले जातात. मीही त्यांना 'मास्तर'च म्हणतो. आम्ही सर्वजण त्यांना मास्तर म्हणून ओळखत असलो, तरी ते पेशानं काही मास्तर नाहीत. कधी काळी शिकवण्या करत होते एवढंच. तसं पाहिलं तर हा गृहस्थ हरहुन्नरी होता. हजार कला अवगत होत्या. असं असूनही एकही व्यवसाय कधी त्यानं धड केला नाही. नोकरीही नीट सांभाळली नाही. कुठं स्थिर असा झालाच नाही. फिरलाही खूप. एक नोकरी पुण्यात, तर दुसरी कराचीला! मुंबईपासून कलकत्त्यापर्यंत सगळीकडं जाऊन आला. नोकऱ्याही नाना तऱ्हेच्या केल्या. चित्रपट स्टुडिओत मोल्डिंग खात्यातही काम केलं; आणि एका सर्कसमध्ये जाहिरातदार म्हणूनही काम पाहिलं. एका संस्थानिकांबरोबर परदेशातही जाऊन आला आणि एका नाटक कंपनीबरोबरही फिरला. माझा त्यांचा पहिला परिचय एका नाटकाच्या निमित्तानं झाला. ग्रामीण पार्श्वभूमीवर मी एक नाटक लिहावं ही विनंती करायला ते माझ्याकडं आले. आम्ही तास-दीड तास चर्चाही केली. एक सोडून दहा कथा कल्पनाही त्यांनी मला दिल्या. मी म्हटलं, "चार-आठ दिवस जाऊ देत. मनात थोडं घोळवतो आणि जे बीज अंकुरण्यासारखं आहे असं वाटेल, त्यावर आपण विचार करू."

मान हलवत ते म्हणाले, "ठरलं... आता तुम्ही मला भेटायचं."

"भेटतो."

एक विषय मनाशी पक्का करून मी एक आठवड्यानं या मास्तरांना भेटायला गेलो. मास्तर कुठं होते? चार दिवसांपूर्वीच ते कंपनी सोडून निघून गेले होते! कुठं, काय याचा कुणालाही पत्ता नव्हता.

ही गोष्ट दहा वर्षांपूर्वीची. नेमकं साल आठवत नाही. बहुधा त्रेसष्ट किंवा चौसष्ट असावं. त्यानंतर काही वर्षांनी माझे एक-दोन ग्रामीण चित्रपट फार गाजले,

आणि अचानक एक दिवस ही स्वारी माझ्या घरी आली. मलाही आश्चर्य वाटलं. मी म्हणालो, ''अहो, कुठं होता इतकी वर्षं? काय पत्ता काय तुमचा?'' यावर आणखी एक आश्चर्याचा धक्का देत मला म्हणाले, ''आता गावी असतो.''

''गावी?''

''होय.''

''गावी काय करता?''

''घरातच असतो. बसल्या बसल्या छोटासा धंदा सुरू केलाय?''

''कोणता धंदा?''

''बेकरीचा.''

''बेकरी?''

''होय. पाव, बटर हो!''

''धंदा बरा चाललाय?''

''ठीक म्हणायचं...'' असं म्हणून त्यांनी तो विषय बदलला व माझं अभिनंदन करत ते म्हणाले, ''तुमचा चित्रपट आवडला. म्हटलं तुम्हाला भेटावं.''

त्यानंतर परवापर्यंत त्यांची भेट नव्हती. मधल्या या काळात त्यांचा काही पत्ताच नव्हता. एक दिवस असंच अचानक आले. मी म्हटलं, ''काय, बऱ्याच दिवसांनी येणं केलं?''

माझी चूक दुरुस्त करीत ते म्हणाले, ''बऱ्याच वर्षांनी म्हणा!''

''होय, होय! कुठं होता इतकी वर्षं?''

ते म्हणाले, ''मध्यंतरी तीन वर्षं वीव्हिंग मिलमध्ये होतो इचलकरंजीला.''

''आणि बेकरीचं काय केलं?''

''ती एक वर्षभर चालवून बंद केली. धड चालेना, मग कशाला त्या फंदात पडायचं?''

''मग आता सध्या काय चालू आहे?''

''खेळ घेतो अंगावर.''

''खेळ?''

खुलासा करत ते म्हणाले, ''नाटकं हो.''

''अस्सं!'' असं म्हणूनच मी त्यांना सिगारेट देत म्हणालो.

''म्हणजे नेमकं काय करता?''

एक झुरका ओढत ते म्हणाले, ''पुण्या-मुंबईला गाजणारे खेळ घ्यायचे आणि आपल्या भागात लावायचे.''

''मग कसा काय चाललाय हा व्यवसाय?''

काही सोयरसुतक नसल्यासारखं ते बोलले, ''कधी फायदा होतो, तर कधी

तोटा. चालायचंच.''

"आता कसं येणं केलं होतं?''

"यासाठीच आलो होतो. एक-दोन कॉन्टॅक्ट्स केली, म्हटलं तुम्हाला भेटावं काही आहे का एखादी स्मार्ट कल्पना?''

"कशाची म्हणता?''

"हीच आपली – नाटकाची म्हणा, लोकनाट्याची म्हणा.''

मी हसून बोललो, "म्हणजे आता आणखी विचार काय आहे?''

"काही तरी सुरू करावं म्हणतो – आपलं असं लोकांच्या मागं कशाला लागत बसायचं?''

शंका व्यक्त करत मी म्हणालो, "आणि नाही चाललं तर?''

"नाही तर नाही! हे पाहा, आपली नेहमी गाजराची पुंगी... वाजली तर वाजली, नाही तर मोडून खाल्ली! काय आहे काय त्यात!''

असे हे मास्तर! मी काही त्यांच्यासाठी लिहिलं नाही, पण तेही माझ्यासाठी थांबले नाहीत. स्वतःच एक नाटक लिहिलं. ते मोठ्या खटपटीनं बसवलं. खेळ लावले आणि खेळ झालेही! हेही एक त्यांनी करून पाहिलं. पुंगी वाजली नाही; पण मोडून खायला गाजरही राहिलं नाही. आता या गृहस्थांची पन्नाशी उलटली आहे. करून पाहण्यासारखं काही राहिलंच नाही.

आज हे मास्तर एका शहरात घर करून राहिले आहेत. रोज नाटकाच्या थिएटरवर न चुकता एक चक्कर टाकतात; आणि मिळालं कॉन्ट्रॅक्ट तर ते स्वीकारतात. पण हे कॉन्ट्रॅक्ट काही खेळाचं नाही. खेळ संपल्यानंतरच्या जेवणाचं!

वयात आलेल्या दोन मुली, शिक्षण न झालेले तीन मुलगे आणि पत्नी या सगळ्यांचे हात त्यासाठी राबत असतात. रोज एक नवा खेळ, नवं कॉन्ट्रॅक्ट आणि रात्री एक-दीडचं जेवण!

हे सध्या असं चालू आहे. उद्या काय करतील ते माहीत नाही!

मी पाहिलेलं भूत

खूप वर्षं लोटली आहेत या गोष्टीला. १९४८ मधील तो प्रसंग. पण आजही इतक्या वर्षांनंतर तो मला चांगला आठवतो. जेव्हा जेव्हा भुताखेतांच्या गोष्टी निघतात, तेव्हा तेव्हा मला या घडलेल्या प्रसंगाची हटकून आठवण होते.

त्या वेळी मी कोल्हापुरात राहत होतो. इंटरच्या वर्गात होतो. माझा एक मित्र होता; तो शहराच्या एका टोकाला नव्यानं वसलेल्या 'राजारामपुरी' या वसाहतीत राहत होता. मी राहत होतो रविवार पेठेत. माझ्या घरापासून या राजारामपुरीत चालत जायला सुमारे अर्धा तास लागत असे. मध्ये एक ओढा होता. त्याच्या एका अंगाला त्यावेळी फारशी वसाहत नव्हती. आता तिथं 'उद्यमनगरी' ही वसाहत आहे. तिथं त्या वेळी झाडीझुडी होती. ओढ्याला लागून चार-आठ झोपड्या तेवढ्या होत्या. या ओढ्यापासून राजारामपुरीत जायला जो रस्ता होता, त्याच्या एका अंगाला शेतीही होती, व दुसऱ्या अंगाला विरळ अशी अंतराअंतरावर चार-दोनच घरं होती. रात्रीच्या वेळी राजारामपुरीतील या रस्त्यानं शहरात यायचं तर थोडी भीतीही वाटायची. तो प्रसंग घडला तो याच रस्त्यावर.

त्या दिवशी संध्याकाळी मी राजारामपुरीतल्या माझ्या मित्राकडं गेलो. तिथं आणखी दोघंतिघं मित्र आले. गप्पा रंगल्या. नकळत भुताखेतांच्या गोष्टी निघाल्या. माझ्या एका मित्रानं आपण प्रत्यक्ष भूत पाहिल्याची गोष्ट सांगितली. दुसऱ्यानं ऐकलेली गोष्ट सांगितली आणि तिसऱ्यानं वाचनात आलेल्या काही गोष्टी सांगितल्या. अशा गोष्टी रंगल्या. आम्ही सगळेच त्या गप्पांत हरवून गेलो. त्यातल्या एक-दोन गोष्टी तर मला अजूनही आठवतात. प्रत्यक्ष हा अनुभव ज्या माझ्या मित्राला आला, त्यानं सांगितलेली गोष्ट अशी :

एकदा तो मुंबईहून रेल्वेनं आला. एका लहानशा स्टेशनवर रात्री दीडच्या

सुमाराला आपल्या गावी जाण्यासाठी तो उतरला. वेळ रात्रीची आणि रानातला आडवळणी रस्ता लक्षात घेऊन त्यानं स्टेशनवरच मुक्काम केला. अडीच-तीनच्या सुमाराला कोणीतरी त्याला गदागदा हलवलं. तो जागा झाला. ऊठून बसला, पण त्याच्या अवतीभोवती कोणी नव्हतं. त्याच्यासारखेच इतर तीन-चार जण मुक्कामाला होते पण ते सगळे गाढ झोपलेले दिसले. त्याला वाटलं, कदाचित हा काही भास असावा, कदाचित स्वप्नं पडलेलं असावं. म्हणून तो पुन्हा झोपला. पण थोडा वेळ जातो न जातो एवढ्यात त्याला कुणाची तरी चाहूल लागली. पावलं वाजलेला भास झाला. मग मात्र तो फार दचकला. त्यानं तोंडावर पांघरूण ओढलं आणि कानोसा घेत तसाच पडून राहिला. यावर काही मिनिटं गेली. बाहेरून कोणाची तरी शीळ कानावर आली झोप ठार उडाली. मग मात्र सारं सामसूम झालं.

या अवस्थेत एक अर्धा तास गेल्यावर तो उठून बसला. धड झोपही लागत नव्हती आणि पडूनही राहवत नव्हतं. बसल्या बसल्या विचार करू लागला. हा भासच असावा असा त्याच्या मनानं त्याला कौल दिला. थोडा धीरही आला. अंगी बळ आणून खात्री करून घेण्यासाठी तो तिथून बाहेर पडला. आजूबाजूला कुणी आहे का पाहण्यासाठी तो स्टेशनच्या मागच्या बाजूला गेला. तिथं भलीमोठी चार दोन झाडं होती. एका झाडाखाली एक बाई बसलेली त्याला दिसली. पुढं न जाता तो तिथंच थबकला. हातात बॅटरी होती. त्यानं चटकन त्या झाडाच्या दिशेला एक प्रकाशझोत टाकला. बसलेली बाई एकदम उठून उभी राहिली. तिचं डोकं त्या उंच झाडाच्या शेंड्यापर्यंत गेलं. तो गरकन वळला आणि आरडा ओरडा करतच पळत सुटला. झोपलेले सगळे लोक जागे झाले, पण पुन्हा ती बाई दिसली नाही.

अशा एकेकानं एकेक नवलपूर्ण कथा सांगितल्या. सगळ्या भीतिदायक कथा ऐकून मनाची अवस्था मोठी विचित्र झाली. आणि एकदम कुणीतरी म्हणालं, ''अरे, बारा वाजायला आले. खूप वेळ झाला. जायला हवं.''

आम्ही सगळेच उठलो. आपापल्या घरी जायला निघालो. एवढ्यात कुणीतरी म्हणालं, ''आज अमावस्या आहे. सांभाळून जा रे बाबांनो.'' मला तर एकाकी रस्त्यानं जायचं होतं. मनात खूप भीती होती. पण आपला भित्रेपणा दाखवायची लाज वाटत होती. नसलेलं सगळं शौर्य प्रत्येकानं बळेच व्यक्त केलं आणि जो तो घरी जायला निघाला.

राजारामपुरीतून बाहेर पडलो. घरं मागं गेली. निर्जन रस्ता आला. प्रत्येक पाऊल उचलताना भय वाटत होतं. निम्मा रस्ता ओलांडला आणि एकाएकी मला समोर रस्त्याच्या कडेला भली उंच बाई उभी असलेली दिसली! ती जवळ जवळ २०-२५ फूट उंच असावी. तिच्या अंगावर पांढरीशुभ्र साडी होती. केस मोकळे सोडलेले होते. पदर वाऱ्यावर हलत होता. माझी बोबडीच वळली. त्या पावली मी माघारी वळलो

आणि वाऱ्यासारखा पळत सुटलो. तो निर्जन रस्ता मागं राहिला आणि आज जिथं बागल चौक आहे त्या चौकापर्यंत मी धावत आलो. तिथल्या दिव्याच्या प्रकाशात उभा राहिलो. प्रकाशानं थोडा धीर आला. मला कुणाची तरी सोबत हवी होती. त्या रस्त्यानं कोणी जाणारं दिसलं तर त्याच्या सोबतीनं आपण जावं असा विचार करून उभा राहिलो.

एवढ्यात एक चार-पाच माणसांचा घोळका त्या रस्त्यानं जाताना दिसला. थोडंसं अंतर ठेवून मीही त्यांच्या मागोमाग जाऊ लागलो. सोबत मिळाल्यानं खूपच धीर आला होता. मात्र आजूबाजूला बघण्याची छाती होत नव्हती. खाली मान घालून मनातल्या मनात रामराम असं म्हणत मी पाय उचलत होतो. निम्माअधिक रस्ता मागं गेला आणि ज्या ठिकाणी मला भूत दिसलं होतं त्या ठिकाणापर्यंत येऊन पोचलो होतो. छातीत धडधड होत होती. परंतु जे दिसलं ते त्यांना दिसलं नसावं असं मला वाटू लागलं. ते ज्या गतीनं चालले होते त्याच गतीनं चालत होते. त्यांच्यात कोणतीही चलबिचल मल दिसली नाही. मला एक प्रकारची उत्सुकता वाटू लागली. थोड्या वेळापूर्वी जो अनुभव घेतला होता तो मोठा विचित्र होता. आणि तसा अनुभव येतो का, हे पाहण्याची विलक्षण उत्सुकता निर्माण झाली. धीर केला आणि रस्त्याच्या ज्या कडेला मला ती बाई दिसली होती तिकडं मी चोरटा कटाक्ष टाकला आणि एकदम लक्षात आलं ते हे, की ती बाई नसून एका लाकडी वखारीवर नऊवार साडी फक्त वाळत घातली होती. वाऱ्यानं ती हलत होती. मला जो पदर हललेला दिसला तो वाऱ्यानं हलणाऱ्या साडीमुळं. बाकीची स्त्री ही माझ्या मनानं रंगवली; तिचे मोकळे केस वगैरे हे सगळं मीच चितारलेलं!

❏

परोपकार

आठ-दहा वर्षं झाली त्या गोष्टीला. रात्रीच्या जनता गाडीनं मी पुण्याहून कोल्हापूरला जात होतो. काही तातडीचं काम होतं. म्हणूनच मी रात्रीचा प्रवास करत होतो. एरवी सहसा मी रात्रीचा प्रवास टाळतो. कारण अशा प्रवासात मला झोप अशी मुळीच लागत नाही. बर्थ रिझर्व करून फर्स्टक्लासनं जरी प्रवास केला, तरी रात्रभर जागरण होतं. एक मिनिटही डोळ्याला डोळा लागत नाही. दुसरा दिवसही वाईट जातो. म्हणून मी रात्रीचा प्रवास नेहमीच टाळतो; पण नाइलाजच झाला तर मग उपाय नसतो. अशीच घाई होती. दुसऱ्या दिवशी सकाळी मला कोल्हापुरात तातडीचं काम होतं. म्हणूनच नाइलाजानं त्या रात्रीच्या गाडीनं निघालो होतो.

रात्रीचे अकरा वाजले तसे डब्यातील सहप्रवासी हळूहळू झोपेच्या स्वाधीन होऊ लागले. कोणी पेंगू लागले तर कोणी बसल्या बसल्या डुलक्या घेऊ लागले आणि काही महाभाग तर चक्क घोरूही लागले आणि जनतेचा प्रवास, त्यात गर्दी आणि हे घोरणं. माझ्या झोपेचा प्रश्न नव्हता. पण डोळे मिटून मी आपला जागा राहिलो होतो. प्रत्येक स्टेशन आलं म्हणजे डोळे उघडून खिडकीतून बाहेर बघायचं, दुसरं काय?

रात्रीचे बारा-साडेबारा झाले, तसे डब्यातले सगळे प्रवासी गाढ झोपले. मी एकटाच फक्त जागा होतो. माझ्या दोन्ही खांद्यांवर शेजाऱ्यांच्या माना होत्या. माझा खांदा ही हक्काची उशी झाली होती. पहिल्या पहिल्यांदा मी खांदा काढून घेण्याचा प्रयत्न केला. पण अखेर मीच थकलो. त्यांना आपला हक्क बजावू दिला. मनात असंही आलं – आपल्याला एक झोप लागत नाही निदान ज्यांना लागते, त्यांना ते सुख घेऊ द्यावं.

आगगाडी धावत होती आणि रात्रही सरकत होती. रात्रीच्या या घटका मोजत आणि घोरणं ऐकत मी वेळ काढत होतो. रात्रीचा एक झाला, दोन वाजले, मी

आपला टक्क जागाच.

फारतर अधून मधून पाय मोकळे करत होतो. खिडकीच्या तोंडाशी जाऊन बाहेर डोकावत होतो, पण ही हालचालही जरा गाडी थांबली म्हणजे करता येत होती. एरवी आपलं बसून राहायचं, बसले की खांदे पकडलेच! मध्यरात्रही उलटून गेली होती. रात्रीचे बहुधा तीन वाजले असावेत. एवढ्यात कोणतं तरी एक स्टेशन आलं. गाडी थांबली. एव्हाना माझे खांदेही फार अवघडले होते. गाडी थांबताच माझ्या दोन्ही खांद्यांवरील माना बाजूला केल्या आणि कसाबसा उठून मी जरा हालचाल केली. एवढ्यात कुणीतरी मला खिडकीतून बाहेरून म्हणालं, ''अहो रावसाहेब, मला जरा बॅग देता का?''

''कोणती?''

''ती... ती...'' त्यानं बोट करून दाखवलं आणि मी ती बॅग काढून खिडकीतून त्याच्या स्वाधीन केली. बॅग घेत तो म्हणाला, ''तो कोपऱ्यातला टिफीनचा डबा आहे ना?''

''कोणता?''

''तो... तो... स्टेनलेसचा... माफ करा, गर्दीमुळं तुम्हाला तसदी देतोय.''

''यात तसदी कसली?'' असं म्हणत तो डबाही दिला. तो डबा घेताच तो म्हणाला, ''आता तेवढी ती पिशवी द्या म्हणजे झालं.'' ती पिशवीही दिली.

एवढ्यात गाडी सुरू झाली. मला वाटलं, माझ्या जागं राहण्याचा कुणालातरी उपयोग झाला. तेवढाच परोपकार!

आणखी तास दीड-तास गेला. साडेचार वाजले आणि आमची गाडी मिरजेला आली. इथं ती अर्धा तास थांबणार होती. लोकांच्या झोपाही झाल्या होत्या. जे अजून झोपेत होते तेही स्टेशनवरच्या 'च्याय गरम' या गदारोळात जागे झाले. कोणी आळस देत होते. कोणी पाय मोकळे करण्यासाठी उठत होते. एवढ्यात माझ्या समोरील एक प्रवासी एकदम भांबावल्यासारखा पाहत म्हणाला, ''अरेच्या, माझी बॅग काय झाली? टिफीनचा डबा कुठं गेला आणि पिशवी?''

तो गृहस्थ एकटा नव्हता. त्याच्याबरोबर त्याचं कुटुंब होतं. मुलंबाळंही होती. ती सगळी जागी झाली आणि सामान गेल्याचा आरडाओरडा सुरू झाला. सगळा डबाच खडबडून जागा झाला.

माझी परिस्थिती केविलवाणी होती. हा परोपकार मीच केला होता! पण तो बोलून दाखवण्याची सोय नव्हती. मी गप्प राहून पाहत होतो. वेळ निभावून गेली; पण त्या दिवसापासून मी कानाला खडा लावला. प्रवासात असा परोपकार मी चुकून कधी करत नाही. कोणी उद्धट म्हणालं तरी चालेल; पण पुन्हा असा प्रमाद घडता कामा नये, हे महत्त्वाचं.

❐

मुंबईचा धाक

सन १९४८-४९ मधील गोष्ट. त्या वेळी मी माझ्या पदवी परीक्षेची तयारी करत होतो. ज्युनिअरचं वर्ष संपलं होतं आणि सिनिअरचं वर्ष सुरू होणार होतं. ज्युनियर बी.ए.चं वर्ष संपून चाळीस दिवसांची उन्हाळ्याची सुट्टी सुरू झाली होती. या सुट्टीत मुंबईला जायचं आणि आठ-दहा दिवस राहून मुंबई पाह्यची असं मी ठरवलं होतं.

उभ्या आयुष्यात या वेळेपर्यंत मी कोल्हापूर सोडून फारसा कुठं दूर गेलो नव्हतो. जाण्याचा प्रसंगही आला नव्हता. जवळपासची सांगली, सातारा ही शहरं सुद्धा मी पाहिली नव्हती. मग पुणे, मुंबई इथपर्यंत मजल जाणार तरी कोठली? ही मोठी शहरं मी फक्त शालेय भूगोलात वाचली होती व मित्रांकडून त्यांच्यासंबंधी खूप ऐकलं होतं. मुंबई केव्हा पाहीन असं मला झालं होतं! ती मला एक स्वप्ननगरीच वाटत होती.

पैशांची जुळणी केली. तारीखही निश्चित झाली. मुंबईच्या मित्राला, अमूक दिवशी अमूक गाडीनं येत आहे, तू मला घ्यायला स्टेशनवर ये, नाही तर घोटाळा होईल, असं तीनतीनदा पत्रानं कळविलं होतं.

खरंच, मुंबई जशी मला स्वप्ननगरी वाटत होती, तशी ती मला कोडंही घालत होती! किती किती ऐकलं होतं मुंबईबद्दल? मुंबई म्हणजे माणसांचा समुद्र. चोर, भामटे, मवाली यांचं आगर! माझी छाती दडपली होती. जे थोडेफार पैसे जवळ घेतले होते, ते दहा ठिकाणी ठेवले होते. अंगावरच्या कपड्यांना जेवढे म्हणून खिसे होते, त्या सर्व खिशांत थोडे थोडे पेरले होते. शिवाय बॅगेतले थोडे पैसे वेगळे ठेवले होते. तेही अशा खुबीनं, की कुणी बॅग उघडलीच तर चटकन दिसू नयेत. घडी करून ठेवलेल्या पँटच्या खिशात एक दहाची नोट तर दुसऱ्या परीटघडीच्या शर्टाच्या

बाहीत, अशा तयारीनं मी मुंबईला निघालो, (What a thrill it was!) अहो, उभं आयुष्य, कोल्हापूरसारख्या लहान शहरात काढलेला मी, एकदम मुंबईला निघालो होतो!

आगगाडीचा काही घोटाळा न झाल्यानं वेळेवर मुंबईला पोचलो. मित्रही व्ही.टी. स्टेशनवर न चुकता माझ्या स्वागतासाठी उभा होता. तो दिसेतोवर माझी कोण धांदल उडाली होती. तो आला नाही तर – या एका प्रश्नानं माझा जीव अक्षरश: घाबराघुबरा झाला होता. तो भेटताच जीव भांड्यात पडला. मी निर्धास्त झालो त्याच्यावर हवाला ठेवून मी त्या माझ्या स्वप्ननगरीत पाऊल ठेवलं. कमालीचा आनंद मला झाला होता.

माझा मित्र एक नोकरदार होता. तो सकाळी नऊ वाजताच घाईघाईनं नाष्टा करून कुठलीशी लोकल पकडून आपल्या ऑफिसला जायचा व साडेसहाच्या सुमारास परतायचा. या मधल्या काळात कोंडवाड्यात बंदिस्त केलेल्या जनावरासारखा मी बसून राहायचो. तो मला एक तुरुंगवासच झाला होता. स्वेच्छेनं ही नजरकैद मी स्वीकारली होती. माझ्यावरच मी माझी नजर ठेवली होती. कुठं बाहेर पडून घोटाळा नको.

असे चार-सहा दिवस गेले. एक दिवस माझा मित्रच मला म्हणाला, ''अरे नुसता असा दिवसभर बसून काय राहतोस? बाहेर पडत जा. खाणाखुणा लक्षात ठेवायच्या आणि जरा भटकून यायचं.''

घरातही माझी चेष्टा होऊ लागली. मनाचा हिय्या केला. धीर करून एक दिवस दुपारचा बाहेर पडलो. तीनचा सुमार असावा. माझ्या नजरकैदेतून मी माझी सुटका केली आणि बाहेर पडलो. आजूबाजूच्या खुणा लक्षात ठेवल्या व एकेक पाऊल उचलत मी एका रस्त्यानं जाऊ लागलो. काही अंतर चालून गेल्यावर मला एक इराणी हॉटेल दिसलं. काचेच्या कपाटातले काही पदार्थ मला भुरळ घालू लागले. त्या वयात मला केक फार आवडायचा. केकचे अनेक प्रकार तिथं दिसले. लहान, मोठे, त्रिकोणी, चौकोनी, षटकोनी, साखर पेरलेले, कागद गुंडाळलेले किती तरी प्रकार. मी आत गेलो. एका रिकाम्या टेबलाजवळच्या खुर्चीवर बसलो. पांढऱ्याशुभ्र कपड्यातला एक वेटर जवळ आला व अदबीनं म्हणाला,

''क्या चाहिये?''

आता हिंदी बोलण्याची जबाबदारी आली. त्या काळात हिंदी ही राष्ट्रभाषा झालेली नव्हती; आणि कोल्हापुरात तर बागवानच हिंदी बोलत असत. आम्हाला बागवानी येत होती. आमचं हिंदी असं होतं – दिवळीमे कांदा हाय, लेव, कांदा लेव, काच काच चेचो, और बाँस लेव! – हिंदीची ही आमची प्रगती. मी एकदम गारठलो. मनाशी शब्द जुळवून मी त्याला म्हणालो, ''मेरेकू केक्स...''

त्याला काही नीट ऐकायला गेलं की नाही कुणास ठाऊक, त्यानं मला पुन्हा

प्रश्न केला, "केक्स, क्या केक्स?" यावर हिंदीत खुलासा करणं मला अशक्य होतं. मी केकचा नाद सोडला. शक्यतो कर्ता, कर्म, क्रियापद यातलं गाळता येईल तेवढं गाळून एकच शब्दाचं एक सोपं वाक्य बोललो, "चाय."

भानगड नको म्हणून तेवढंच बोललो. खरं तर मला केक खायचे होते; पण त्या वेटरच्या हिंदीनं मला ते खाऊ दिले नाहीत. एक सिंगल चहा पिऊन मी मुकाट्यानं बाहेर पडलो. या गोष्टीला आज दोन तपं उलटली आहेत; पण अजूनही माझ्या मनावरचा मुंबईचा धाक कायम आहे!

❏

एका चिक्कू माणसाची गोष्ट

चिक्कू माणसं मी अनेक पाहिलेली आहेत. आपणही पाहिली असतील; पण ज्या माणसाची गोष्ट मी सांगणार आहे त्या सम तोच!

हा माणूस साधासुधा नाही. घरचा गडगंज आहे. भरपूर जमीनजुमला, स्वत:च्या मालकीचा बंगला, हे सगळं आहे. वडिलार्जित जी संपत्ती असते, ती तर सगळी मिळाली आहेच. स्वत:ची कमाई चांगली आहे. महिना दोन हजार पगाराची त्यांना नोकरी आहे. हे सगळं असूनही माणूस विलक्षण चिक्कू आहे. इतका चिक्कू की त्याला तोडच नाही.

परवाची घटना.

त्यांनी एक कुत्रा पाळलेला आहे. चोरापासून संरक्षण व्हावं म्हणूनच कुत्र्यावरचा हा खर्च ते करू शकतात. एरव्ही त्यांनी कुत्रा पाळला नसता.

एक दिवस त्यांच्या घरी मटण केलं होतं. एक नळी कुत्र्याच्या वाट्याला आली होती. या चिक्कू माणसाच्या घरी कधी नव्हे ती नळी खायला मिळाल्यामुळं त्या कुत्र्यानं भलताच हावरटपणा केला. काय झालं कुणास ठाऊक! ती नळी थेट त्याच्या घशात जाऊन अडकली. काही केल्या ती तोंडातून बाहेर पडेना. नळी घशात अडकल्यामुळं कुत्रा तडफडू लागला. जीभ बाहेर आली. तोंड उघडंच राहिलं; आणि 'क्यूं-क्यूं-क्यूं' असा एकसारखा घशातल्या घशात आवाज होऊ लागला.

एकूण परिस्थिती पाहून कुत्र्याच्या मालकानं चटकन ऑफिसला फोन केला. ऑफिसची गाडी मागवली. दहा मिनिटांत गाडीही आली. कुत्रं गाडीत घातलं आणि जनावरांच्या दवाखान्याकडं त्याची तातडीनं रवानगी केली. गाडी निघण्यापूर्वी हे गृहस्थ ड्रायव्हरच्या हातावर फक्त चार आण्याचं नाणं ठेवून त्याला म्हणाले, "या कुत्र्याला दवाखान्यात घेऊन जा. तिथं केसपेपर करावा लागेल. त्याला चार आणे पडतात.''

ड्रायव्हर कुत्र्याला घेऊन दवाखान्यात गेला. केसपेपरला चार आण्यांऐवजी आठ आणे पडत होते. त्याच्याजवळ पैसेही होते, पण आपल्या धन्याचा चिक्कूपणा त्याला माहित होता. या ड्रायव्हरला प्रवासात अनेक वेळा त्याचा प्रत्यय आला होता. त्यामुळं या धन्याबद्दल त्याला मुळीच प्रेम नव्हतं. उलट त्याची जिरवायची संधी मिळाली. हे पाहून पदरचे चार आणे घालून केसपेपर न करता, तो कुत्र्याला घेऊन तसाच माघारी फिरला. बंगल्यापुढं गाडी येताच धनी लगबगीनं पुढं गेले आणि घाईघाईतच त्यांनी विचारलं, ''काय रे, काढलं का हाड?''

''नाही साहेब.''

''मग माघारी का आलास?''

ड्रायव्हरनं उत्तर दिलं, ''साहेब, केसपेपरला आठ आणे पडतात. आपण फक्त चार आणे मला दिले होते.''

त्यावर संतापानं ते गृहस्थ म्हणाले, ''गाढवा, तुझ्याजवळ चार आणेही नव्हते? तू पदरचे घालायचे नाहीस तेवढे?''

ड्रायव्हर शांतपणे बोलला, ''माझ्याकडं चार आणे होते. पण आपण आठ आणे का खर्च केलेस, असं म्हणालात तर पंचाईत नको म्हणून माझ्याजवळचे दिले नाहीत साहेब.''

''शहाणा आहेस!'' असं म्हणून त्यांनी आणखी एक चार आणे त्याच्या हातावर ठेवले आणि घाईघाईने म्हणाले, ''आता जा लवकर, असा वेळ लागला तर कुत्रं मरेल ना!'' सलाम करून ड्रायव्हरनं गाडी चालू केली. तो बापडा पुन्हा त्या कुत्र्याला घेऊन दवाखान्याकडं गेला. आठ आणे देऊन केसपेपर केला. नंबर लावून ओळीत बसला.

कुत्र्याचा जेव्हा नंबर आला, तेव्हा डॉक्टर म्हणाले, ''याला इंजेक्शन द्यावं लागेल. आणखी पैसे भरावे लागतील. इंजेक्शनचे पैसे आणलेत ना?''

त्या ड्रायव्हरपुढं संकट उभं राहिलं! थोडा वेळ त्यानं विचार केला आणि पुन्हा ते कुत्रं गाडीत घालून तो आपल्या मालकाकडं आला.

गाडी येण्याची ते वाटच पाहत होते. गाडी येताच पुढं होऊन त्यांनी विचारलं, ''का रे, काढलं का हाड?''

''नाही साहेब.''

''का नाही?''

''ते म्हणतात त्याला इंजेक्शन द्यावं लागेल. त्यासाठी आणखी पैसे हवेत.'' ते ऐकताच या गृहस्थांना अकारण एक शंका आली. हे खरं असेल का हा नोकर आपल्याला बनवत असेल, असा प्रश्न त्यांच्या मनात आला. आधी हाडाचा चिक्कूच तो! नोकरावर विश्वास न ठेवता स्वतःच गाडीतून बसून निघाले.

ते दवाखान्यात गेले. डॉक्टरांना भेटले. पण तोपर्यंत कुत्रं जिवंत नव्हतं. सुरुवातीलाच चार आण्यांऐवजी जर एखादी पाचची नोट दिली असती तर बिचारं कुत्र वाचलं असतं. असे काहीसे विचार त्या नोकराच्या मनात आले असावेत. म्हणूनच की काय, खिन्न होऊन तो त्या मेलेल्या कुत्र्याकडे बघत राहिला.

हे गृहस्थ त्या नोकरालाच म्हणाले, ''बरं झालं मेला. नाहीतरी अलीकडं ते फार खात होतं. सारखा खा-खा करायचा. एका माणसाचं अन्न त्याला एकट्याला लागायचं! आटप, याची पुढची व्यवस्था कर.''

बिचारा नोकर, तो काय बोलणार!

❐

सर्पकथा

माझं सगळं बालपण खेड्यात गेलं. तिथल्या अनेक आठवणी आजही ताज्या आहेत. काही आठवणी तर माझ्या मनात कायमच्या घर करून बसल्या आहेत. काही आठवणी विसरल्या जात नाहीत. म्हणूनही त्या आठवत राहिल्या आहेत. परंतु काही मात्र मी विसरण्याचा प्रयत्न केला, तरीही त्या विसरल्या जात नाहीत. आमच्या खेड्यातल्या माझ्या लहानपणी मी अनुभवलेल्या सर्पाच्या आठवणी मी या जन्मात विसरणं शक्य नाही. कायमच्या मला त्या सोबत करत आलेल्या आहेत.

आजही शब्दकोश चाळत असताना सर्प, भुजंग, साप हे शब्द नुसते दिसले, तरी मला दचकल्यासारखं वाटतं; आणि लहानपणाच्या सगळ्या आठवणी भराभर गोळा होऊ लागतात. अनेक चित्रं डोळ्यांपुढं येतात. साप म्हटलं की मला आमच्या गावातला वाडा दिसतो. आमचा वाडा खूप मोठा आणि त्याच्या भोवतालचं आवारही खूप मोठं होतं. खेड्यात घरामागच्या मोकळ्या जागेला परडं म्हणतात.

आमच्या या वाड्यामागं इतकी मोठी मोकळी जागा होती, की तिला परडं असं कोणी म्हणतच नव्हतं. जवळजवळ दोन एकर जागा अशी मोकळी होती. पांढऱ्या मातीचे, पडक्या वाड्याचे अनेक अवशेष होते. बाग-बगीचा करण्याची कल्पना कोणालाच सुचली नसल्यामुळं पडीक जागेत उगवतील ती झाडं वाढली होती. त्यात कलिंगडाचा वेल सुद्धा होता. आम्ही लावला नव्हता. कोणीतरी कलिंगड खाऊन टाकलेल्या बिया उगवून आल्या होत्या. बोराचीसुद्धा झुडपं होती. धोतरा होता, कर्डू होतं, गावरान फुलझाडं होती. आडाभोवती मात्र मुद्दाम लावलेला मोगरा होता. बाकी सगळा रानटी झाडझडोरा होता.

अशा या आमच्या वाड्याभोवतालच्या आवारात साप निघाला नाही, असा कधी एक आठवडा जायचा नाही. कधी रात्री, कधी दिवसा. कधी अगदी दिवस उगवायला.

सकाळी कुणीतरी एकदम बातमी आणायचं आणि मग 'साप...साप...' असा ओरडा होऊन खूप माणसं जमायची. कोणी भाला घेऊन यायचं, कुणी बरची आणायची, साप मारला जायचा. लहान-मोठे, हिरवे-पिवळे सगळ्या रंगाचे साप असे मारताना मी पाहिले आहेत. काही सापांची डिझाईन मला अजूनही आठवते. ती आजकाल मला साडीवर दिसते. सापाची कांती तर मनाला भुरळ पाडायची. मारलेल्या सापाला हात लावून पाहावा असा मोहही व्हायचा. या मोहाला बळी पडून मी एकदा भीत भीत स्पर्श केला होता. तो थंडगार स्पर्श मला अजूनही आठवतो. बर्फाचा गारपणा आणि या स्पर्शात मी अनुभवलेला गारपणा यातही एक सूक्ष्म भेद आहे. तो मला शब्दात सांगता यायचा नाही. बर्फाचा गारवा हवासा वाटतो, पण हा सापाचा गार स्पर्श मनात धसका निर्माण करतो. नको वाटतो.

सापाचं दहन हा एक सोहळा असे. साप मारला, की मग सगळ्यांनी त्याला कौतुकानं पाहायचं – आल्या-गेल्यांना आमंत्रणं द्यायची. त्याला काठीवर घालून मिरवायचं. क्वचित प्रसंगी कुणाला भिववायचंही. सापाचं वेटोळं काठीवर लोंबत असे आणि एखादा गमत्या माणूस ती काठी नकळत एकदम कुणाच्यातरी जवळ न्यायचा. आम्हा पोरांची तर गाळण उडायची. तरीही या दहन समारंभाला कुणाच्या तरी आधारानं शक्य तितक्या जवळ जाऊन उभं राहण्याचाही प्रयत्न करायचो. जाळण्यापूर्वी गोवऱ्या, चघाळा, सरपण हे सगळं साहित्य गोळा करण्यात उत्साह असायचा; आणि मग एक दुंडा पैसा सापाच्या तोंडी देऊन त्याला अग्नी दिला जाई. आता दुंडा पैसाही कुठ दिसत नाही; पण साप म्हणला, की तो माझ्या डोळ्यांपुढं आहे.

सापांच्या काही आठवणी तर विलक्षण आहेत. मला अजूनही तो दिवस आठवतो. पौषातली थंडी होती. आमचा गडी भल्या सकाळी गोठ्यातलं शेण घमेल्यात घेऊन उकिरड्याकडं निघाला होता. शेणाचं घमेलं हे नेहमी फाटकं असतं. घमेल्याचा तळ गेला, की ते शेणासाठी उपयोगात आणलं जाई. फाटक्या तळावर एखादा पत्र्याचा तुकडा ठेवून त्यात शेण भरलं जात असे. असं हे घमेलं घेऊन तो उकिरड्यावर जात असताना नकळत माझी नजर त्याच्याकडं गेली. त्याला पाहताच माझ्या हातापायांना कापरा सुटला. एकदम तोंडातली थुंकी नाहीशी झाल्यासारखी झाली. मला धड आवंढा गिळता येईना. मी कसाबसा ओरडलो, "साप-साप!"

अहो, प्रत्यक्ष नाग त्या घमेल्यातून खाली लोंबत होता. आणि चांगला त्याच्या कोपरापर्यंत आला होता. भल्या सकाळी तोंडाला तोंड दिसतं न दिसतं अशा सुमाराला शेणघाण काढायची असते. त्या गड्यानं घमेल्यात अगोदर कोण येऊन बसलंय हे पाहिलंच नव्हतं. नुसतं शेण नेऊन त्यात टाकलं, पण तिथं नागाची स्वारी आधीच वेटोळं घालून बसलेली होती. हे घमेलं उचललं तसा नाग स्वत:ची सुटका करून

घेण्यासाठी खाली उतरू लागला. थंडीत शेणाचा स्पर्शही गार. मी 'साप' म्हणून ओरडलो तरी 'कुठाय' म्हणून तोच मला विचारू लागला. जेव्हा त्याच्या लक्षात आलं तेव्हा त्याचं सबंध अंग वाऱ्यानं डोलणाऱ्या झाडासारखं थरारलं. लहान मुलासारखं त्याला नाचताना मी पाहिलं.

अशीच आणखी एक रात्र! आम्ही सगळे निवांत झोपलो होतो. रात्रीचे दहा-साडेदहा वाजले असावेत. खेड्यात लोक लवकर झोपतात आणि झोपाही लवकर लागतात. कुणाला झोपेची गोळी घ्यावी लागत नाही. दहालाच सगळे डाराडूर झोपलेले.

एकाएकी आमच्या वहिनी ओरडत उठल्या. सगळे जागे झाले. त्यांना धड काही बोलता येत नव्हतं. सगळे धावून आले; आणि त्या नुसत्या हातवारे करू लागल्या. एका बाजूला पोत्यांची थप्पी होती. तिकडंच पाहत राहिल्या; आणि एकदम वाचा फुटली. त्या म्हणाल्या, "साप-साप!"

पाहतात तो पोत्यांच्या थप्पीखाली भला मोठा साप कशाशी तरी झुंजत होता. स्वतःच्या अंगाभोवती त्यानं वेटोळं केलं होतं; आणि त्या वेटोळ्यासह तो एकदम उसळी मारून बाहेर आला. एक चाक आपोआप पळावं असा मला भास झाला. काठ्या पडल्या पण तरी त्याचं झुंजणं चालूच होतं. काठी उगारणाऱ्याच्या अंगावर तो झेप घेत नव्हता. तो आम्हा कोणावर ठिसकारत नव्हता. तो स्वतःशीच गुंग होता. त्याची ब्रह्मानंदी टाळी लागली होती. एक भला मोठा उंदीरही धडपडत होता. अशी ही झुंज मी दुसरी कोणती पाहिली नाही. असा नादीपणा मला कुणाच्यातही आढळला नाही. माणसं देहभान विसरतात. एका विशिष्ट क्षणी जनावरंसुद्धा स्वतःलाच सर्वस्वी हरवून जातात. बेभान होतात. पण भक्ष्यासाठी इतकं स्वतःला हरवून एकरूप होऊन जाणं मला आणखी कुणात दिसलं नाही. ब्रह्मानंदी त्याची टाळीच लागली होती. आणि या अवस्थेत स्वारी घराच्या छपरावरून त्या उंदरासह खाली कोसळली होती. ती भली मोठी चुंबळ वहिनींच्या अंगावरच पडली.

आणखी एक प्रसंग मोठा विलक्षण आहे. एके रात्री आमच्या गोठ्यातून अचानक म्हैस ओरडू लागली. एकसारखा 'व्हॉऽऽऽ' असा आवाज काढू लागली. मध्य रात्रीची वेळ होती. आमचे अण्णा जागे झाले. पण त्यांना वाटलं म्हैस ओपेला आली असेल. त्यांनी दुर्लक्ष केलं. सकाळी बघता येईल म्हणून फारसं लक्ष दिलं नाही. पण तिचं ओरडणं थांबेचना. अर्धा तास गेला, तास झाला, तरी तिचं ओरडणं चालूच होतं. तिनं सगळा गोठा दणाणून सोडला. मग मात्र अण्णांना राहवलं नाही. ते उठले, हातात कंदील घेतला. आणि काय प्रकार आहे हे पाहण्यासाठी गोठ्यात गेले. पाहतात तर म्हैस अण्णांच्याकडं बघून अगदी दीनवाण्या स्वरात ओरडत होती. "का ग बाई ओरडतीस, काय झालं?" असं म्हणून ते पुढं झाले आणि पुन्हा चार

पावलं झटक्यानं मागं आले. अहो, म्हशीनं आपल्या पाठीमागच्या दोन्ही पायात अक्षरश: साप धरून ठेवला होता. तिच्या पाठीमागच्या एका पायात सापाचं मुडकं; आणि दुसऱ्या पायात त्याची शेपटी होती. पाय फाकवता येतील एवढे फाकवले होते. दीड वाव लांब असा हा साप पायांखाली धरून ती आकांत करत होती. जनावराचं हे शहाणपण मला थक्क करून सोडणारं वाटलं. कोणत्या शक्तीनं त्या म्हशीला हे शहाणपण शिकवलं असेल?

सापाच्या अशा कितीतरी आठवणी आहेत. त्या सगळ्या लिहिल्या, तर खूप चऱ्हाट वळावं लागेल. अशी लांबण मी लावू इच्छित नाही. पण एक आठवण मात्र जरूर सांगतो.

आमच्या परड्यात, म्हणजे त्या विस्तीर्ण मोकळ्या आवारात एक खूप खोल आड होता. जवळजवळ पन्नास-साठ फूट तो खोल असावा. एक दिवस भल्या सकाळीच कोणीतरी सांगत आलं, की आडात साप पडलाय! झालं, आमच्या परड्यात त्या आडाभोवती जत्राच गोळा झाली. एक भला मोठा नाग पाण्यात तरंगताना दिसला. कुणी विनोदानं म्हणालं, ''बाबा, अंघोळीला तुला हीच जागा मिळाली?''

त्या आडाला पायऱ्या नव्हत्या. तो कसा खाली पडला होता कोण जाणे! तो आता काढायचा कसा, हा मोठा प्रश्न होता. सकाळपासून दुपारपर्यंत काहीच कुणाला सुचेना. अखेर तिसऱ्या प्रहरी कुणाला तरी युक्ती सुचली आणि एक भली मोठी दुरडी रहाटाच्या दोराला बांधून खाली सोडायची ठरली. काय वर्णन करावं त्या एकंदर सोहळ्याचं! साप दुरडीत बसायचा आणि ती वर खेचली जाताना नेमका पुन्हा पाण्यात उडी मारायचा. एकदा तर निम्मा आड पार केला; पण वरच्या गलक्यानं तो जागा झाला काय कुणास ठाऊक, एकदम अंगात आल्यासारखी त्यानं सळसळ केली आणि बिनदिक्कत त्यानं वरून खाली उडी घेतली. कुणाचेही काही प्रयत्न चालेनात. पण दुसरा उपायच नव्हता; आणि तो सापही अखेर कंटाळला की काय कुणास ठाऊक, तो दुरडीत बसला. त्या वेळी मात्र त्यानं आपल्या अंगाची चुंबळ केली आणि हालचाल न करता फणा काढून नुसता अवतीभवती बघत मोठ्या डौलानं वर येऊ लागला. बाकीची जय्यत तयारी होतीच. बरच्या, भाले हाती घेऊन लोक आडाभोवती खडेच होते. एकानं तर एक लांब काठी घेऊन त्याला दोरीचा फास तयार केला होता. नाग अगदी वर आला. त्या फासाच्या टप्प्यात आल्यावर प्रथम त्या फासानं त्याचं नरडं दाबलं. आता त्याला पळून जाता येत नव्हतं. लगेच कोणीतरी बरची टोचली. फणा आकसला, तोंड लहान झालं. दोन दात मात्र चुलीतनं ज्वाला बाहेर याव्यात तसे बाहेर येत होते, आत जात होते. त्याचा दिमाख संपला. डौल गेला. नेहमीच्या पद्धतीनं दहन करण्यात आलं.

या गोष्टीला आता पुष्कळ काळ लोटला, पण अजूनही या आडातल्या सापाची आठवण झाली की वाटतं, तुकारामाला जसं वैकुंठाहून विमान आलं होतं, तसं आम्ही माणसांनी त्या दुरडीच्या रूपानं त्याला विमानच पाठवलं. सदेह त्याला आम्ही वर उचलून आणलं होतं.

माझ्या बालपणी मी अनुभवलेल्या या सर्पकथा किती म्हणून सांगू!

❏

एक घरगडी

मुलं लहान असल्यामुळं घरातली अनेक लहान-सहान कामं मला स्वतःला करावी लागत. भाजी आण, पोस्टात जा, विजेची बिलं भर, असल्या या कामात अकारण वेळ जाऊ नये; आणि लेखन-वाचनाला वेळ मिळावा म्हणून, एक घरगडी ठेवण्याची मला बुद्धी झाली.

माझ्या पत्नीलाही ही कल्पना आवडली. अंथरूण टाका, बैठक घाला, घर आवरा या असल्या कामात तिचाही खूप वेळ जात होता. काही भरणं-शिवणं याला वेळ मिळत नव्हता. घरगडी ठेवण्याच्या कल्पनेस तिचाही टेकू मिळाला. आम्हा उभयतांचा हा विचार पक्का झाल्यावर मी लगेच ओळखीच्या चार लोकांना सांगून ठेवलं. बेकारीच्या या काळात नोकरांना काय तोटा? लगेच एक माणूस कुणाचीतरी चिठ्ठी घेऊन मला भेटायला आला. ओळखीनं आला होता. शिफारस पत्रही होतं. गरीब, सालस, प्रामाणिक ही सर्व विशेषणं त्या पत्रात होतीच; शिवाय मलाही तो बरा वाटला. मग त्याचा पगार ठरवला. कामाचं स्वरूप सांगितलं. पडेल ते काम करण्याची त्याची तयारी दिसली. दुसऱ्या दिवसापासून तो लगेच आमच्या घरी हजर झाला.

शिफारस पत्रातले सगळे गुण त्याच्यात होते. तो प्रामाणिक होता. सालस होता, आणि मुख्य म्हणजे स्वभावानं फारच गरीब होता; पण त्याचं कोणतंही काम धड नव्हतं.

त्यानं बैठक घातली, की पुन्हा ती आम्हाला घालावी लागत असे. अंथरूणं घातली, की पुन्हा ती बायकोला नीट करावी लागत असत. तिच्या तक्रारी सुरू झाल्या. मी समजावून सांगितलं. म्हणालो, ''अगं, त्याला सवय नाही. माहीत नाही. सरावानं येईल सारं.''

दुसऱ्या दिवशी पुन्हा तक्रार, ''पहा त्याचं करणं! ॲश-ट्रेमधली ती थोटकं आणि राख कुठं ओतून आलाय माहीत आहे?''

''कुठं?''

''अहो, दारातच रांगोळी काढून ठेवलीय!''

मी तरी काय बोलणार! 'बाहेर नेऊन टाक' या सूचनेची अंमलबजावणी त्यानं ही अशी केली होती.''

एकदा दुपारी माझ्याकडं मित्र आले. घरी पत्नी नव्हती. मी त्याला म्हटलं, ''चहा ठेव.'' यावर अर्धा तास झाला, तरी चहा काही बाहेर आला नाही. मंडळी उठून निघायची वेळ आली, तरी चहा येईना, म्हणून मी आत जाऊन त्याला विचारलं, ''अरे, चहा झाला की नाही?''

''ह्यो काय... कवाच कप भरून ठेवलाय. निऊनसुदिक गेला! हाक तरी कशी मारायची म्हणून वाट बघत ऱ्हायलोय.''

मी बघतच राहिलो. आम्ही बाहेर चार लोकं असताना त्यानं माझ्यासाठी केवळ एक कप चहा केला होता. तो बाहेर आणून मला दिला नाही, हीच मेहरबानी! मी हळू आवाजात त्याला दरडावलं. ''अरे, चहा सगळ्यांसाठी करायचा, का फक्त माझ्यासाठी?''

''तसं कुठं बोलला तुम्ही?''

''बरोबर, माझीच चूक!'' असं म्हणून मीच चहा ठेवला. काय करणार!

एकदा मला ताप आला. फोन करून डॉक्टरांना बोलावून घेतलं. डॉक्टर आले. त्यांनी मला तपासून प्रिस्क्रिप्शन दिलं आणि ते निघून गेले. त्यांनी लिहून दिलेलं औषध आणण्यासाठी मी आमच्या या घरगड्याला म्हणालो, हे पैसे घे आणि एवढं औषध घेऊन ये.''

सुमारे सहाची ही वेळ असावी. सहाचे सात झाले, रात्रीचे आठ वाजले; तरी हा काही परत आला नाही. बरं, औषधाची दुकानं काही लांब नव्हती. ती जवळच होती. फार तर अर्धा तास लागला असता, पण हा संध्याकाळी सहाला जो बाहेर गेला होता, तो रात्री साडेनऊला परत आला. तोवर आम्हालाच त्याची काळजी लागलेली! आल्या आल्या मी त्याला म्हटलं, ''इतका का रे उशीर?''

तो घाबरत म्हणाला, ''विचारत विचारत गेलो. दवाखाना लवकर सापडला न्हाई.''

''तू दवाखान्यात गेलास?''

''व्हय.''

''कुणी सांगितलं तुला दवाखान्यात जायला?''

''मालक, तुमीच म्हणाला की औशीद आण.''

मी कपाळावर हात मारून त्याला विचारलं, ''मग काय म्हणाले डॉक्टर?''

''सकाळी येऊन भेटतो म्हणाले.''

''धन्य माऊली!'' असं म्हणून मी सुस्कारा सोडला. ते प्रिस्क्रिप्शनही डॉक्टरांनाच बहाल करून आला होता! त्याच्या परीनं त्यानं पुष्कळ प्रयत्न केले होते. डॉक्टरांचा पत्ता त्याला माहित नव्हता, पण त्या प्रिस्क्रिप्शनच्या आधारे लोकांना विचारत विचारत त्यानं तो शोधून काढला होता. त्यानं तरी आणखी काय करावं?

तर... अशी ही त्या नोकराची तऱ्हा! पण अतिशय प्रेमळ माणूस. माझ्यावर त्याचा फार जीव. म्हणूनच त्याची तऱ्हेवाईक वागणूक असूनही मला तो आवडायचा. 'शहाण्याचा व्हावा चाकर पण मूर्खाचा होऊ नये मालक' अशी म्हण असली तरीही!

❑

पाऊलवाटा

रोज डांबरी रस्त्यांवरून चालताना एखाद्या दिवशी मला माझ्या खेड्यातील पायवाटांची आठवण होते. त्या इथं दिसत नाहीत, म्हणून खरोखर माझा जीव कासावीस होऊन जातो. अशा वेळी मनात विचार येतो, की दुतर्फा सिमेंट-काँक्रीटच्या घरांच्या रांगांमधून, पाटीवर नीट रेघ आखून घ्यावी, तसा नाकासमोर बघून सरळ जाणारा हा डांबरी रस्ता कधी संपतच नाही का? तो संपून एखादी पायवाट का नाही लागत? शहरात कितीही चालत राहिलं, तरी उभे आडवे काळे पट्टे ओढलेले दिसतात. शिवाय जीव उबवणारी माणसांची आणि वाहनांची गर्दी टेलिफोनची घंटा खणखणावी, तसा सारखा आवाज कानांवर येत असतो. अशा या गर्दीच्या आणि धावपळीच्या रस्त्यावरून जीव सांभाळून चालत असता, एखाद्या दिवशी एक सुरेख डिझाईन डोळ्यांपुढं येतं. चित्रकारानं कागदावर रंगवलेलं नव्हे – खेड्यांतल्या मातीत आपोआप आकार घेणारं हे चित्र असतं!

खेड्यांतल्या पायवाटा मला अशा एखाद्या चित्रासारख्या दिसतात. त्यांना रंग असतो, गंध असतो, आकार असतो; आणि एक आगळं रूपही असतं. कधी ती एकांडी वाट चुकल्यासारखी दिसते; तर कधी कमळवेलीप्रमाणं त्याचं जाळं विणलेलं असतं. ती कधी काळीभोर दिसते; तर कधी हळद लागलेल्या नवरीसारखी गोरीपान दिसते. एखादी वाट पायातल्या पायात घोटाळते आणि एखादी धामणीगत वाकडीतिकडी पळताना आढळते. अनेक रूपं धारण करणाऱ्या या पायवाटा एकमेकींहून किती वेगळ्या असतात.

नदी चढून वर येणारी मळीची वाट आणि काळ्या मातीतून जाणारी वाट – या दोन्ही वाटा एक नसतात. फोंड्या माळावरून जाणारी तांबडी वाट आणि पाणंदीतून चिखल तुडवत जाणारी तांबडी वाट, रानामाळांतून वळसे घेत गावच्या वेशीला

येऊन मिळणारी वाट, आणि गवताळ कुरणातून नदीला जाणारी वाट – या सगळ्या पायवाटाच; पण प्रत्येकीचं वळण निराळं असतं, ठेवण निराळी असते.

सूर्योदयाच्या वेळी पायवाटेनं कधी टेकडी चढला आहात तुम्ही? कोवळं ऊन पाठीवर घेत कधी डोंगर चढलाय? निदान कधी सकाळच्या वेळी मळीच्या वाटेनं चाललाय? छाती-गळ्याएवढ्या वाढलेल्या गवतातून जी नागमोडी वाट जाते, त्या वाटेनं संध्याकाळी फिरायला गेलाय? वाऱ्यानं दोन्ही अंगाला गवत डोलत असतं आणि वारा नाकातोंडात शिरत असतो, अशा वेळी या कुरणाच्या वाटेनं मैलन्मैल चालण्यात जे एक सुख असतं, ते कधी तुम्ही अनुभवलंय? ज्वारी हुरड्याला आली असता बांधाच्या कडेनं जी पायवाट जाते, त्या पायवाटेनं जाताना पिकाचा जो वास येतो, त्यानं कधी तुमचं मन धुंद होऊन गेलं आहे? झुळुझुळु वाहणाऱ्या ओढ्याच्या कडेनं जी मऊ चिखलवाट जाते, त्या वाटेनं कधी चालून तुमच्या पायाला चिखल लागला आहे? अशा वाटेने चालताना आपल्या पायाच्या तळव्यांना जे सुख मिळतं, ते कधी उपभोगलं आहे? श्रावणातल्या ऊन-पावसाचा खेळ कधी माळवाटेनं चालताना पाहिला आहे? पावसाची चिपळी येऊन जाते, पुन्हा ऊन पडतं आणि तांबड्या पाण्यानं माळावरच्या पायवाटा भरून जातात. माळावर दिसणारी पायवाटांची ही ओली नक्षी कधी तुम्ही डोळ्यांनी बघितली आहे? निसर्गाच्या या रांगोळीवरून कधी चालत गेला आहात?

किती विविध रूपं घेतात या वाटा! पावसाळ्यात दिसणारं रूप निराळं आणि ग्रीष्मातलं रूप निराळं. नाटकातल्या स्त्री पात्रानं प्रत्येक प्रवेशाला नवी साडी लेण्याची हौस दाखवावी, तशा या पाऊलवाटा प्रत्येक ऋतूबरोबर नवं रूप धारण करत असतात. वाटसरू जर हौशी असेल तर नित्य बदलणारा त्यांचा हा साज त्याच्या ध्यानात आल्याशिवाय राहत नाही. ग्रीष्मात पाय पोळत असले, तरी रसिक वाटसरू दिसणाऱ्या सौंदर्यातच गुंग असतो.

आणि काही वाटा अशा असतात, की मृगात पाऊस बसला म्हणजे त्या मरून जातात. त्यांचे अवशेषही दिसेनासे होतात. पण थोडी उघडीप होते, पेरणी होऊन जाते, पिकं उगवून वर येऊ लागतात, आणि या मळल्या पायवाटाही पुन्हा दिसू लागतात. पीक उगवून यावं तशा त्या उगवून येतात. धोरणी शेतकरी पेरणीच्या वेळीच आपल्या रानाभोवती कुंपण घालून त्यांना आत यायला बंदी करतो; पण पिकं उगवून वर आली की या वाटा शेतकऱ्याचा डोळा चुकवून एखाद्या दिवशी आपसूक रानात घुसतात. काटेरी कुंपण असलं तरी तो मोडून आत शिरतात. अखेर शेतकऱ्याचा निरुपाय होतो, त्याचे सगळे प्रयत्न फसतात आणि मग एक दिवस तोही त्याच वाटेनं आपल्या रानाकडं जाऊ लागतो! मुकाट्यानं आपल्या कोवळ्या पिकांचा एक आरा किंवा एखादी काकरी त्या वाटेला बक्षीस देऊन गप बसतो. काय करणार?

वाटच हट्टी पडली ना?

अशा काही वाटा फार हट्टी आणि लगट असतात. एखाद्या रानात त्यांना एकदा प्रवेश मिळाला, की मग त्या तुमची पाठ सोडत नाहीत. घरातल्या मांजराला कितीही हुसकून बाहेर काढलं तरी ते जसं पुन्हा घरात येतं, तशी एकदा शिरलेली वाट हुसकून बाहेर हाकलली तरी ती पुन्हा आत शिरतेच. सोडचिठ्ठी देऊन बायकोला घराबाहेर काढता येतं; पण वाटेच्या बाबतीत काडीमोडीचाही उपयोग होत नाही. तक्रारच सुरू झाली, तर ती आपला वहिवाटीचा हक्क शाबीत करते; आणि टिच्चून तुमच्या नाकावर बसते!

अशा या वाटा केवळ नुसत्या हट्टीच असतात असं नाही; तर मोठ्या आतल्या गाठीच्याही असतात. एखाद्या भाबड्या प्राण्याला त्या हातोहात फसवतातही. त्यांच्यावर विश्वास ठेवून रात्री अपरात्री बाहेर पडणं जरा धोक्याचंच असतं. विशेषतः अमावस्येच्या रात्री तर शहाण्यानं कधी असा विश्वास टाकू नये. पायाखालची वाट आहे या कल्पनेनं माणूस मनात शंका न घेता चालत राहतो; आणि बरोबर त्यांच्या जाळ्यात अडकतो! एकीला दोघी, दोघीला चौघी अशा त्या सामील होतात; आणि आंधळ्या कोशिंबिरीचा खेळ सुरू होतो. चक्रव्यूहात सापडावं तशी माणसाची स्थिती होते. चोहो-बाजूंनी या वाटा त्याला घेरून टाकतात आणि रात्रभर चालूनही माणूस एकेच ठिकाणी हिंडत असतो. पायाखालची वाट काही त्याला सापडत नसते. रात्रभर आपण त्याच परिसरात फिरत राहतो; आणि पहाटे फटफटल्यावर चकवा ध्यानी येतो! अशा या वाटा कधीकधी आपली गम्मत करतात आणि ती जन्मभर आपल्या लक्षात राहते.

तसेच, काही माणसांचा जसा थांग लागत नाही, तसा वाटेचाही अंदाज लागत नाही. माणसाची 'खोली' एक वेळ अजमावता येते; पण या वाटेची लांबी कधी समजत नसते. कदाचित म्हणूनच पाऊलवाटांची लांबी मोजण्याच्या भानगडीस कोणी पडत नसावा. देशाच्या या टोकापासून त्या टोकापर्यंत जाणाऱ्या मोठ्या रस्त्यावर मैलाचे दगड दिसतात; पण पाऊलवाटेवर मैलाचा दगड अजून कोणी रोवलेला नाही! आपली मोजमापं कोणी घेऊ नयेत, याच बुद्धीनं ती वाकडी चालत असावी. एकंदर तिची चालच मोठी मजेशीर असते. जरा नीट चालून पुढं गेल्यासारखी ती करील मग एकदम डाव्या अंगाला वळून लवणात गडपच होईल; तर पुढं काही अंतरावर उजव्या अंगाला वळलेली दिसेल. मध्येच उभी राहून मागं फिरून पाहील, आणि पुन्हा चालू लागेल. अशा पाऊलवाटेला टेप कुठं लावायचा आणि तिची लांबी कशी मोजायची?

आणि मग जी लांबी आपण मनाशी गृहीत धरून चालू लागतो, ती सहसा कधी बरोबर नसते. अशा एखाद्या पाऊलवाटेनं परक्या गावाला तुम्ही कधी चालत गेला

आहात? मग सांगा, कुत्र्याच्या 'भुंकेवर' म्हणजे किती? माणसाच्या 'हाळीवर' म्हणजे किती? फर्लांग, दोन फर्लांग, फार तर एखाद्या मैलाचा आपण मनाशी विचार करत असाल, तर आपलं गणित एकदम चूक! आपलं गणित कसं चुकतं, हे पाहायचं असलं, तर असा अनुभव घ्यावा. अशा एखाद्या वाटेनं जाऊ लागावं आणि कुणाला तरी विचारावं, ''बाबा, अमकं अमकं गाव किती लांब राहिलं?'' मग तो म्हणेल, ''हाय एका हाळीवर.'' दुसऱ्या एखाद्याला विचारलं तर तो सांगेल, ''हाय कुत्र्याच्या भुंकेवर.''

पण तुम्ही थकला असलात तर एवढीच खूणगाठ बांधा, की अजून चांगली चार-पाच मैलांची वाट आपल्याला चालायची असते! तेव्हा अंगात ताकद येण्यासाठी जवळची शिदोरी वाटेवरच सोडावी, हे उत्तम!

या पाऊलवाटांनाही स्वत:चं असं वेगळं व्यक्तित्व असतं. काही वाटा सरळ असतात. त्या सरळमार्गी माणसाप्रमाणं नाकापुढं पाहून चालत असतात. काही मुळातच वाकड्या चालीच्या असतात. त्यांच पाऊल कधी सरळ पडत नसतं. काही वाटा बाळबोध वळणाच्या असतात, तर काहींना लचकण्या-मुरडण्याची हौस असते. काही खोडकर असतात, काही लागट असतात, आणि काही वाटा फार लोभसही असतात. त्यांचा आपल्याला लळा असतो आणि काहींच्यावर जीव जडतो.

मी अधूनमधून जेव्हा माझ्या गावी जातो, तेव्हा एकदा तरी कुरणाच्या वाटेनं मैल-दोनमैल मजेनं फिरून येतो. हत्ती गवताचा मातकट वास सगळीकडं दरवळलेला असतो; आणि कुरणातली हिरवी वाट वळणं घेत पुढं जात असते. दिवस मावळून कडुसं पडलं तरी या वाटेनं आपण चालतच राहतो! संध्याकाळचा वारा भणाणत असतो, दोन्ही अंगांचं गवत डोलत असतं आणि आपल्या पायांची चक्रं फिरत राहतात...

काही वाटा मात्र निसरड्या असतात. आमच्या मळीची वाट अशीच आहे. पावसाळ्यात या वाटेनं चालताना फार जपून चालावं लागतं. जरा आपलं अवधान ढळलं तर पाय घसरलाच म्हणून समजा. ओढ्याच्या दगडावर परटिणीनं धुणं बडवावं, तसं अंग सुबकून निघतं. लहान-थोरांचा विचार न करता भल्याभल्यांची अब्रू घ्यायला ही वाट कमी करत नाही! अशा या साम्यवादी विचारसरणीच्या वाटेला शहाण्यानं दुरूनच नमस्कार करावा, हे बरं! तिच्या वाटेला न जाणं चांगलं.

युद्धकाळात शत्रुपक्ष जसा वाटेवर सुरुंग पेरून ठेवतो, तशा काही वाटा काटे पेरून ठेवतात. ते डोळ्यांना दिसत नसतात; पण बेसावधपणे तुम्ही पाय ठेवला, की ते बरोबर तुमच्या पायाच्या तळव्यात येऊन बसतात. कधीकधी तर वहाणा असूनही ते पायांत मोडतात. तेव्हा एखाद्या पाऊलवाटेनं चालण्यापूर्वी तिचा जरा अदांज घेऊन आपलं पाऊल टाकणं चांगलं. पायांत वहाणा आहेत, या भरवशावर जाणंही

धोक्याचं असतं. एकदा वाट काटेरी आहे, हे समजलं की सावधान! पण खरं सांगू का? प्रेमात जसं अवधान राहत नाही, तसंच या वाटेनं चालताना होतं. आपण सावधान होतो, ते पायात काटा मोडून कळ आल्यावर! मला तर अशा वेळी पायातली कळ सोसता सोसता त्या वाटेचं कौतुक करावंसं वाटतं!

याशिवाय गावाला काही चोरवाटाही असतात. त्या सहज कळून येत नाहीत. कधी अंगावर वस्त्र घ्यावं, तोंडावर बुरखा घ्यावा, तशा त्या भोपळ्याच्या, कलिंगडाच्या, खिराच्या, गुळवेलीच्या, दोडक्याच्या किंवा काकडीच्या वेलींनी लगटलेल्या असतात. कधीकधी घाणेरीही मातलेली असते. निवडुंगाचे फडे असते किंवा घायपातांचे गड्डे असतात; आणि आपल्याला वाट दिसून येत नसते. एखादी वाट तर पडक्या घराच्या आड किंवा दरडीआड लपून बसलेली असते. चोरांना ती उपयोगी पडते, हे सांगायला नकोच; पण गुरुजींचा मार चुकवण्यासाठी या वाटांचा चांगला उपयोग होतो. लहानपणी शाळेत असताना पडक्या घराआड लपलेल्या एका वाटेनं मला अनेकदा वाचवलं आहे. त्या वाटेबद्दल मला वाटणारी कृतज्ञता कायमची माझ्या मनात घर करून आहे! आणि सांगू का? दुसऱ्याच्या मळीतली मक्याची कणसं डोळा चुकवून खायला मिळायची, तीही अशाच एका वाटेच्या पुण्याईनं! आणि काय सांगायचं? काही चोरवाटा तर आम्हीच पहिल्यांदा पाडल्या; आणि पुढं काही कालावधीनं ते राजमार्ग होऊन बसले! त्या लोकांना फितूर झाल्या आणि आम्हालाच त्या वाटेनं जायला चोरी होऊन बसली. बहुतेक सगळ्याच चोरवाटांचं असं असतं. त्या पहिल्यांदा चोरांना सामील असतात आणि नंतर लोकांना फितूर होतात. पुन्हा नव्या वाटा पाडणं भाग पडतं. त्याही लहानाच्या मोठ्या होतात आणि आपल्या आई-बापांना विसरून जातात. कर्तेपणी त्या आपल्याला विसरून जात असल्या तरी बालपणी त्यांच्यापासून मिळणारं सुख काय थोडं आहे? आपल्या मुली नाही का लग्न होऊन सासरी जात? तशाच या वाटाही सासरी जातात, असं म्हणायचं आणि त्यातच सुख मानून गप बसायचं.

काही वाटांचं नाक सारखं वर असतं. आपलं अस्तित्व सोडायला त्या तयार नसतात. आमच्या गावी आता स्टेशनला जायला गाडीवाट छान झाली आहे. पण गाडीवाटेला चिकटून मूळची पायवाटही जातेच! टोपपदरी लुगड्याला रुंद किनार असावी तशी ती दिसते. गाडीवाट आली तरी मी इथनं हलणार नाही, अशा हट्टी वृत्तीनं ती सारखी धावतच असते. तिच्या या चिकाटीला आता काय म्हणावं? बाई, तुझी सद्दी संपली आहे. पेन्शन घेऊन गप बसायला तुझं काय जातं? पण ती कुणाचं ऐकून घेईल असं वाटत नाही. आपली कुडी जिवंत असेतोवर ती अशी धावणारच.

आणि अशा काही पायवाटा असतात, की त्या चालताना लौकर ओसरतच नाहीत. नांदायला गेलेली लेक जेव्हा पहिल्यांदा माहेरी परत येते, तेव्हा वाट कशी

सारखी पळत असते; आणि चार दिवस माहेरचं सुख घेऊन ती जेव्हा सासरी जायला निघते, तेव्हा तीच वाट ओसरेनाशी होते. आपलं जन्मगाव सोडून दूर पोटार्थी भटकत असताना आपल्यालाही हाच अनुभव येत नाही का? गाव सोडताना किती अवघडल्यासारखं वाटतं, आणि परत गावी जायला निघताना जीव कसा अधीर होऊन जातो... आणि पुढं या पायवाटा आपल्याशी किती एकजीव होऊन जातात!

मला अजूनही आठवतं, की एकदा माझी आई फार आजारी असताना मी जेव्हा गावी गेलो, तेव्हा माझ्याप्रमाणंच ती वाटही अवघडली होती. माझ्याबरोबर सुन्न मनानंच तीही चालत होती. ना बोलणं, ना चालणं..

हां, जिव्हाळ्याची एखादी पाऊलवाट आपल्याशी बोलतेही!

मी दोन वर्षांपूर्वी एकदा गावी गेलो; आणि आगगाडीतून उतरून पायवाटेला लागलो. गावच्या ओढीनं भराभर पाय उचलत निघालो; आणि चक्क मला हाक ऐकायला आली! मी मागं वळून बघितलं; तर त्या वाटेशिवाय दुसरं कोणीही तिथं नव्हतं. पायाखालची वाट आणि मी असं दोघंच चालत होतो; आणि एकाएकी बोलणं सुरू झालं –

"फार दिवसांनी आलास?"

"हो, काय करणार? रजा मिळत नाही ना?"

"रजा मिळत नाही; का गावची आठवण होत नाही?"

मी म्हणालो, "गावची आठवण होत नाही असं कसं होईल?"

थोडा वेळ ती गप्प बसली, आणि मग एकदम आठवण झाल्यासारखी करून ती बोलली, "शामू गुरवाची कहाणी कळली का तुला?"

"हो, त्यावर लिहिलंयसुद्धा मी!" असं म्हणून मी विचारलं, "काय म्हणतंय गाव? काय नवीन घडामोडी?"

"काय म्हणायचंय गाव? नवीन कायदं आलं. लोक हवालदिल झाल्यात. ऐकायला मिळंलच तुला आता."

एवढं बोलून ती गप्प झाली. खोदून खोदून विचारलं तरी ती बोलेनाशी झाली. इतक्यात गाव जवळ आलं आणि ती म्हणाली, "बरंय, ओळखदेख असू द्या. मी जाऊ आता?"

आणि तिचा निरोप घेऊन मी गावात शिरलो, कधी कुणाशी न बोलणारी पायवाट अशी त्या दिवशी माझ्याशी बोलली. आता जेव्हा जेव्हा मी गावी जातो, तेव्हा मला कोणाच्या सोबतीची आवश्यकता नसते. ती मला सोबत करते. नुसतंच वरकरणी बोलते असं नव्हे; तर अंतर्मुख होऊन खरोखरच आमची सुखदुःखांची बोलणी होऊ लागतात. गाडीतून उतरून मी पायवाटेला लागतो; आणि तिची हाक ऐकायला येते. ती जवळ येते आणि विचारते,

"दिवाळीला आला नाहीस?"

"नाही जमलं."

"तुला शिरमीची हकिगत कळली?"

"नाही."

"तुला कळली नसेल तर मी सांगते. आंधळ्या शारीसारखीच ही गोष्ट आहे. अगदी लिहून छापण्यासारखी बघ..."

"हां हां, ती शिरमी होय?"

"तीच! आठवली का?"

"ते सगळं माहीत आहे..."

" मग तुला हे माहीत आहे?"

"काय?"

आणि मग गाव जवळ येईतोवर ती गोष्ट सांगू लागते. मला लिहायला गोष्ट सुचेना झाली की वाटतं – आपण गाडीत बसावं आणि गावी जावं. आगगाडीतून उतरून पायवाटेला लागल्यावर आपल्या गोष्टींना काय तोटा? नित्य नव्या कथानकांचा तो एक झराच आहे.

❏

काळाचा महिमा

कामानिमित्त मला अधूनमधून मुंबईला जावं लागतं. कधी कधी मुक्कामही करावा लागतो. अशाच एका मुक्कामात ज्या लॉजमध्ये मी उतरलो होतो, त्याच लॉजमध्ये आमच्या गावाशेजारच्या गावचे एक पाटील मला दिसले. त्यांना पाहिल्याबरोबर मला त्यांचा चेहरा ओळखीचा वाटला. मी पाहत राहिलो; तसे तेही माझ्याकडं पाहत राहिले. मी म्हटलं, ''आपण दादा पाटील का?''

ते म्हणाले, ''व्हय, तुम्ही कोन?''

माझ्या लहानपणी मी त्यांना पाहिलं होतं. घरी जाणं-येणंही होतं. मी त्यांना ओळखलं; पण ते मला ओळखू शकले नाहीत. आता मी लहानाचा मोठा झालो होतो. माझ्यात पुष्कळ बदल झाला होता. त्यांना माझी ओळख कशी लागणार? मग मीच माझा परिचय त्यांना करून दिला. त्यांना ओळख पटली. मान डोलावून ते म्हणाले, ''बघून लई दिवस झालं, वळखलं न्हाई गड्या!''

मी म्हटलं, ''चालायचंच, तुम्हाला तरी कसं आठवणार?''

मग इकडच्या तिकडच्या थोड्या गोष्टी निघाल्या आणि मी विचारलं, ''दादा, का आला होता मुंबईला?''

''हायकोर्टात एक केस हाय. अपील केलंय. खेटं घालायचं काम चाललंय.. काय करनार?'' त्यांच्या बोलण्याचा स्वर मला थोडा उदास वाटला. त्यांच्या चेहऱ्यावरही असेच काही भाव जाणवत होते.

मी विचारलं, ''कसली केस?''

''आता काय सांगायचं बाबा!'' असं म्हणून त्यांनी एक सुस्कारा सोडला व खालच्या पट्टीत ते म्हणाले, ''आता जुना काळ ऱ्हायला न्हाई. काळ बदलला. गावात पाट्या पडल्यात. एका पार्टीनं आमच्यावर एक कुभांड रचलंय, चॅप्टर केस

मध्ये मला ववलंय हो!''

हे ऐकून मी थक्क झालो. थोडा वेळ मी काही बोलूच शकलो नाही. कारण एके काळी दादा पाटील म्हणजे केवढा दरारा होता! आजूबाजूच्या दहा-पाच गावांतले लोक त्यांना भ्यायचे. त्यांचा वचकच तसा होता. स्वत:च्या गावात तर ते राजेच होते! त्यांचं व्यक्तिमत्त्वही विलक्षण होतं. डबल हाडाचा हा माणूस शिकारी कोट घालायचा. डोक्याला बुट्टीएवढा पटका बांधायचा. हातात एक काठी असायची आणि रस्त्यानं चालत असतानाही ओठावरच्या मिशांना पीळ देत चालायचा. भुजंगाला गवतानं भांग द्यावी तसे रस्त्यावरचे लोक बाजूला व्हायचे. अदबीनं मुजरा करायचे. पाटलांनी चावडीवर बोलवलंय असा नुसता निरोप आला तर पाचावर धारण बसायची! गावात काही कुरबुर झाली, काही गुन्हा घडला तर खटला तालुक्याला आणि जिल्ह्याला जायचा नाही. त्याचा निकाल गावातल्या गावातच लागायचा; आणि कोर्टाची पायरी चढायची कुणावर पाळीच यायची नाही. अशा या दादा पाटलांनाच कोर्टाची वारी करण्यासाठी मुंबईला येण्याची पाळी यावी याचं मला नुसतं आश्चर्य वाटलं नाही; तर थोडं वाईटही वाटलं. मी थोडा वेळ जाऊ दिला आणि मग विचारलं, ''पण दादा, हे असं कसं घडलं?''

''काळाचा म्हैमा! दुसरं काय?''

त्यांचा हा उद्गार ऐकून माझंही मन दुखावल्यासारखं झालं. आपण त्यांना खोदून विचारू नये असं वाटलं. मी गप्प राहिलो; पण तेच मला म्हणाले, ''तुम्ही पाटीलकी सोडून शार गावात आलासा, बरं झालं.''

मी म्हटलं, ''का?''

''का? अहो, पाटीलकीत आता काय राम ऱ्हायलाय काय?''

''का बरं?''

''अहो, पाटीलकी म्हणजे निव्वळ म्हारकी झालीया; आणि आता गाव तर कुठं विचारतो पाटलाला?'' असं म्हणून तेच म्हणाले, ''तुम्हाला एक गम्मत सांगू का?''

मी म्हटलं, ''सांगा ना!''

''काय गंमत तरी म्हनायची खरं!'' असं म्हणून ते सांगू लागले, ''अहो, आता गावात पाटलाचा दरारा ऱ्हायला न्हाई; गावाचा दरारा वाढलाय. परवाची गोष्ट. तुम्हाला भुजंगराव पाटील आठवत असंल?''

मी म्हटलं, ''हो, आठवतात ना!''

दादा सांगू लागले, ''असला भुजंगराव, केवढा त्याचा दरारा! पण परवा एका साध्या गड्यानं त्याला भर रस्त्यावर मोजून पाच पायतानं मारली!''

मी म्हटलं, ''का? काय झालं होतं?''

ते म्हणाले, ''काही न्हाई. गावातल्या चार लोकांनी ठरीवलं की भुजंगरावाचा नक्षा उतरायचा.''

''बस एवढंच?''

''अहो, तर मग काय? आता ग्रामपंचायत आलीया. झेडपीच्या या राज्यात कोण सत्तेवर ईल हे काय सांगता येतं का? अशा एका टोळक्यानं ठरीवलं की भुजंगरावाचा नक्षा उतरवायचा; आणि गंमत बघा, भर पेठेत पायतानं मारली ती मारली आणि वर मारणारा म्हणतो कसा – ''कुटं चावडीमागं जाऊन फिर्याद करणार हैस; कर – जगाला कळू दे तुला पायताणानं मारलं हे. आता पाटलाचं राज्य ऱ्हायलं न्हाई!' ''

हा सारा किस्सा ऐकून काय बोलावं हे मला सुचेना झालं. थोड्या वेळानं मी म्हटलं, ''मग त्यांच्यावर खटला वगैरे काही भरला का?

''खटला? अहो, गुंडांच्याविरुद्ध साक्षी कोण देनार? कशाचा खटला आणि कशाचं काय घेऊन बसलाय?'' असं म्हणून ते म्हणाले, ''आता गावात पाटलांची पुजीशन ही अशी झालीया बघा! त्याला काय मान ऱ्हायलाय म्हनता का?''

''बरोबर आहे.''

''अहो, आता आम्ही तरी कुठं पाटीलकी करतोय? मी बदली पाटील दिलाय आणि गप शेती करत बसलोय.''

मी आश्चर्यानं म्हणालो, ''काय म्हणता?''

''खरंच की... गप शेती करतोय तर तीबी करू दिना झाल्यात. कुणी कुनाच्या बडमी जाळल्या आणि त्यात आमचं नाव गुतीवलंय? हाय का न्याय?''

मी तरी काय बोलणार? मी त्यांच्या तोंडाकडं बघत राहिलो. तेव्हा ते म्हणाले, ''अहो, आता ह्या निवडणुकीच्या ह्यनं लई घडी बिघडलीया. सरपंचाला भाव आलाय. आता पाटलाचं काय ऱ्हायलंय? आणि आताचं पाटील तरी कशाचं हो?''

''का, काय झालं?''

''काय झालं?'' असं म्हणून ते बोलू लागले, ''काय सांगायचं, अहो, आत्ताच्या पाटलाला भीक तर कोण घालनार? व्हटावर मिशी तर हाय का त्याच्या? आणि इजारी घालून चावडीत जात्यात बगा!''

त्यांची वेदना खरी होती; पण मी म्हटलं, ''दादा, आता काळ बदललाय; पोशाखातही बदल होणारच.''

यावर ते म्हणाले, ''अहो पण ज्यानं-त्यानं आपल्या पेशाला सोभल असं ऱ्हायाला नको का?'' असं म्हणून तेच बोलले, ''जाऊ द्या, ह्यो एक काळाचा म्हैमाच म्हणायचं! दुसरं काय?''

❐